FBI

(அமெரிக்க உளவுத்துறையின் வரலாறு)

FBI

(அமெரிக்க உளவுத்துறையின் வரலாறு)

என். சொக்கன்

ZDP
SPECIFICS

Title: FBI
Author's Name: N Chokkan

Published by ZDP Specifics

ZDP SPECIFICS

(An imprint of Zero Degree Publishing)
No. 55(7), R Block, 6th Avenue,
Anna Nagar,
Chennai - 600 040

Website: www.zerodegreepublishing.com
E Mail id: zerodegreepublishing@gmail.com
Phone: 89250 61999

ZDP Specifics First Edition: January 2023
ISBN: 978-93-93882-35-6
TITLE No. ZDP Specifics: 39

Cover Design & Layout: Vijayan, Creative Studio

பொருளடக்கம்

1. ஜி–மென்

1933 ஜூலை 22. சனிக்கிழமை. நள்ளிரவைத் தொடப்போகும் நேரம். அந்தச் சிறிய அறையைப் பெரும்பாலும் இருட்டுதான் ஆக்கிரமித்திருந்தது. மையத்தில் லேசான வெளிச்சம். அங்கே நான்கு பேர் சீட்டாடிக்கொண்டிருந்தார்கள். பக்கத்திலேயே தொட்டுக்கொள்ள நொறுக்குத் தீனிகளும் பானங்களும்.

அங்கிருந்த நால்வரில் இரண்டு பேர் ஆண்கள். மற்ற இருவரும் அவர்களுடைய மனைவிகள். எல்லோரும் செல்வச் செழிப்பில் மூழ்கி எழுந்தவர்கள்.

அப்போது மணி பதினொன்றே கால் இருக்கும். அந்த அறையின் கதவு திடுமெனத் திறக்கப்பட்டது. விளையாடிக் கொண்டிருந்தவர்கள் சீட்டுகளைக் கீழே தாழ்த்தாமல் அசிரத்தையாக நிமிர்ந்து பார்த்தார்கள்.

கதவைத் தள்ளிக்கொண்டு உள்ளே நுழைந்த இருவரும் சட்டென்று அந்த மேஜையை நெருங்கினார்கள். கையில் வைத்திருந்த துப்பாக்கிகளை நிமிர்த்திக் குறி பார்த்தார்கள்.

'ஏய், யார் நீங்க? எப்படி உள்ளே வந்தீங்க?' கத்திக்கொண்டே எழுந்திருக்க முயற்சி செய்த ஒருவரை நோக்கித் துப்பாக்கிகள் திரும்பின. 'யாரும் சத்தம் போடக்கூடாது. ஒழுங்கா அமைதியா

உட்காருங்க. இல்லாட்டி அநாவசியமா உங்களுக்குதான் பிரச்னை.'

மறுவிநாடி அந்த அறையில் நிசப்தம். சில நிமிடங்களுக்கு யாரும் எதுவும் பேசவில்லை.

அதன்பிறகு வந்தவர்கள் மீண்டும் பேசினார்கள். உட்கார்ந்திருந்த ஆண்கள் இருவரையும் சுட்டிக்காட்டி 'உங்கள்ல யாரு மிஸ்டர் அர்ஷெல்?' என்று கேட்டார்கள்.

இதற்கும் பதில் வரவில்லை. அவர்கள் சற்று நேரம் தயங்கினார்கள். பிறகு 'நீங்க பதில் சொல்லலைன்னா உங்க ரெண்டு பேரையுமே இழுத்துக்கிட்டுப் போகவேண்டியிருக்கும்' என்றார்கள்.

ம்ஹூம். பதில் இல்லை.

'சரி. ரெண்டு பேரும் எழுந்திருங்க' மெஷின் கன் வைத்திருந்தவன் கட்டளையிட்டான். 'கையைத் தூக்கிக்கிட்டே வெளியே நடங்க.'

அந்த இருவரும் கைதிகளைப்போல் இழுத்துச் செல்லப்படுவதை அவர்களுடைய மனைவிகள் கவலையோடு பார்த்துக் கொண்டிருந்தார்கள். பிஸ்டல் வைத்திருந்த இன்னொரு கடத்தல்காரன் அவர்களை நெருங்கினான். 'நாங்க புறப்படற வரைக்கும் இந்த ரூம்லேர்ந்து ஒரு சின்னச் சத்தம்கூடக் கேட்கக்கூடாது. யாரையாவது உதவிக்குக் கூப்பிடலாம்ன்னு முயற்சி செஞ்சீங்கன்னா, அப்புறம் உங்க புருஷன்களை நீங்க உயிரோட பார்க்கமுடியாது. புரிஞ்சதா?'

அவர்கள் பயத்தோடு தலையாட்டினார்கள். பிஸ்டல்காரனும் வெளியே சென்றவுடன் கதவு சாத்தப்பட்டது. சில நிமிடங்கள் கழித்து ஒரு கார் புறப்படும் சத்தம் கேட்டது.

'இப்ப என்ன செய்யறது?'

'தெரியலியே!' அந்தப் பெண்கள் கவலையோடு சுற்றிலும் பார்த்தார்கள். 'அந்த முரட்டுப் பசங்க எதுக்காக இவங்களைக் கடத்திகிட்டுப் போயிருக்காங்க? என்ன செய்வாங்க?'

‘வேறென்ன? நம்மகிட்ட பணம் கேட்பாங்க! இப்பல்லாம் அமெரிக்காவில பெரிய பணக்காரங்களைக் கிட்நாப் செஞ்சு காசு பிடுங்கற ரௌடிப் பசங்க ஜாஸ்தியாகிட்டாங்க.’

‘அப்படீன்னா, அவங்களா நம்மைக் கான்டாக்ட் செஞ்சு காசு கேட்கிறவரைக்கும் நாம சும்மாதான் உட்கார்ந்திருக்கணுமா?’

‘அவசியமில்லை. இதுமாதிரி கடத்தல் விவகாரம் ஏதாவது நடந்தா உடனடியா அரசாங்கத்துக்குத் தகவல் கொடுக்கணும்ன்னு ஒரு விளம்பரம் பார்த்தேன். அந்த நம்பருக்கு போன் பண்ணி நம்ம பிரச்னையைச் சொல்வோம். அவங்க நமக்கு உதவி செய்வாங்க.’

அவர்கள் உடனடியாக அந்த விளம்பரத்தைத் தேடிப் பிடித்தார்கள். அதில் தரப்பட்டிருந்த தொலைபேசி எண்ணைத் தொடர்புகொண்டார்கள். நடந்ததையெல்லாம் விரிவாகச் சொன்னார்கள்.

‘தகவலுக்கு நன்றி மேடம். நாங்க உடனடியா விசாரணையைத் தொடங்கறோம். அதுக்குள்ள உங்களுக்கு வேற ஏதாவது மேல்விவரம் தெரிஞ்சா உடனடியா எங்களுக்கு போன் பண்ணுங்க.’

‘ஷ்யூர்!’

அன்றைக்குக் கடத்தப்பட்ட இருவர்: சார்லஸ் அர்ஷெல் மற்றும் வால்டர் ஜாரெட். இவர்களில் சார்லஸ் அர்ஷெல்தான் வந்தவர்களுடைய இலக்கு. அவரோடு சீட்டு விளையாடிய பாவத்துக்காக வால்டர் ஜாரெட்டும் கடத்தப்பட்டுவிட்டார்.

நல்லவேளையாக, கடத்தல்காரர்கள் அவரை ரொம்ப நேரம் தவிக்கவிடவில்லை. அர்ஷெல் யார் என்று தெரிந்தவுடன் ஜாரெட்டை விடுவித்துவிட்டார்கள். அதன்பிறகு ஜாரெட் தட்டுத்தடுமாறி எப்படியோ வீடு வந்து சேர்ந்தார். அர்ஷெலுக்கு என்ன ஆகுமோ என்று நினைத்தால் அவருக்கு மிகவும் கவலையாக இருந்தது.

அரசாங்க அதிகாரிகள் ஜாரெட்டிடம் தீவிர விசாரணை நடத்தினார்கள். கடத்தல்காரர்களின் அங்க அடையாளங்கள், அவர்கள் பேசிய விதம், அதன்மூலம் தெரியவந்த தகவல்கள், அவர்கள் பயன்படுத்திய கார், சென்ற திசை என்று பல விவரங்களைக் கேட்டுத் தெரிந்துகொண்டார்கள்.

ஆனால் இந்தத் தகவல்களை மட்டும் வைத்து அர்ஷெலைக் கடத்தியவர்கள் யார் என்று கண்டுபிடிக்கமுடியவில்லை. பல ஊகங்கள், சாத்தியங்களின் அடிப்படையில் வெவ்வேறு கோணங்களில் விசாரணைகள் முடுக்கிவிடப்பட்டன.

அதேநேரம் அர்ஷெலைக் கடத்திச் சென்றவர்கள் வெகுதூரம் ஓடி மறைந்திருந்தார்கள். அரசாங்கம் தங்களை மோப்பம் பிடிப்பதற்குள் ரொம்பத் தொலைவுக்குப் போய்விடவேண்டும் என்பதுதான் அவர்களுடைய திட்டம்.

ஆனால் அவர்கள் கவனிக்கத் தவறிய ஒரு விஷயம், கடத்தப்பட்ட அர்ஷெல் கொஞ்சம்கூடப் பதறவில்லை. கவலைப்படவில்லை. கதறித் துடிக்கவில்லை. 'என்னை விட்றுங்க' என்று கெஞ்சவில்லை. ஏதோ நண்பர்களோடு பிக்னிக் செல்வதுபோல் அமைதியாக உட்கார்ந்திருந்தார்.

இத்தனைக்கும் கடத்தல்காரர்கள் அவருடைய கண்களையும் காதுகளையும் இறுக்கமாகக் கட்டிப்போட்டிருந்தார்கள். அப்போதும் அவருடைய மூளை ஓவர்டைமில் வேலை செய்துகொண்டிருந்தது.

சார்லஸ் அர்ஷெல் ஆயில் தொழிலில் ஏராளமாகச் சம்பாதித்தவர், வெறும் காசைமட்டுமில்லை, புத்திசாலித்தனத்தையும்.

அதனால்தான் சிலர் தன்னைக் கடத்திவிட்டார்கள் என்பது தெரிந்தபோதும் அவர் உணர்ச்சிவயப்படவில்லை. தன்னை எங்கே கொண்டுசெல்கிறார்கள் என்பதுபற்றிய தகவல்களை முடிந்தவரை துல்லியமாகச் சேகரித்து மனத்தில் பதியவைத்துக்கொண்டிருந்தார்.

அர்ஷெலின் கண்கள், காதுகள் கட்டப்பட்டிருந்தபோதும் அவர் தன்னுடைய மற்ற புலன்களைச் சிறப்பாகப் பயன்படுத்திக்கொண்டிருந்தார். கடத்தல்காரர்கள் என்னை என்னமாதிரியான வாகனத்தில் வைத்திருக்கிறார்கள்? அது எந்த வழியாகச் செல்கிறது? சாலை எப்படிப்பட்டது? எவ்வளவு நேரம் பயணம்? வழியில் ஏதாவது ஸ்பெஷல் 'வாசனை'களை நுகரமுடிகிறதா? நாம் எந்தப் பாதையில் சென்றுகொண்டிருக்கிறோம் என்பதை உணரக்கூடிய வேறு தடயங்கள் கிடைக்கிறதா?

இப்படி அர்ஷெல் மிகத் தீவிரமாக விவரம் சேகரித்துக் கொண்டிருப்பதைக் கடத்தல்காரர்கள் உணரவில்லை. பல மணி நேரப் பயணத்துக்குப்பிறகு அவர்கள் அவரை ஒரு சிறிய அறையில் அடைத்துவைத்தார்கள். பிறகு வேறோர் இடத்துக்கு மாற்றினார்கள்.

இதற்குள் அர்ஷெலின் நண்பர் ஒருவர் மூலமாக அவருடைய குடும்பத்துக்குக் கடிதம் அனுப்பப்பட்டது. 'மிஸ்டர் அர்ஷெல் உயிரோடு திரும்பவேண்டுமென்றால் 2 லட்சம் அமெரிக்க டாலர்கள் தரவேண்டும்.'

அர்ஷெலின் குடும்பத்தினருக்கு 2 லட்சம் அமெரிக்க டாலர்கள் ஒரு பெரிய தொகை அல்ல. அதைக் கொடுத்து அவரை மீட்பதற்கு அவர்கள் தயாராகவே இருந்தார்கள்.

அதேநேரம் அரசாங்க அதிகாரிகள் அர்ஷெலைக் கடத்தியவர்கள் யார் என்று கண்டறியும் முயற்சிகளில் மும்முரமாக இருந்தார்கள். அர்ஷெல் கடத்தப்பட்ட தகவல் செய்தித்தாள்கள், பத்திரிகைகளில் வெளியானதை அடுத்து அவர்களுக்குப் பல துப்புகள் கிடைத்திருந்தன. அவற்றை வைத்து நிஜமான கடத்தல்காரர்களை வட்டம் போடமுடியுமா என்று தீவிரமாகச் செயல்பட்டுக்கொண்டிருந்தார்கள்.

இதனால் அர்ஷெல் குடும்பத்தினருக்குக் குழப்பம். அரசாங்கம் அவரைக் கண்டுபிடித்துவிடுமா? அல்லது இவர்கள் கேட்கிற பணத்தைக் கொடுத்துத் தொலைத்துவிடலாமா?

அவர்களுடைய முடிவில் அரசாங்கம் தலையிடவில்லை. 'ஒருவேளை நீங்கள் பணம் கொடுப்பதாக இருந்தால், அந்த டாலர் நோட்டுகளின் நம்பர்களை எங்களிடம் சொல்லிவிடுங்கள்' என்றுமட்டும் அறிவுரை சொன்னார்கள்.

அது எதற்கு?

நீங்கள் பணம் கொடுத்தபிறகு அந்த டாலர் நோட்டுகள் எங்கே செலவு செய்யப்படுகிறது என்பதை வைத்துக் கடத்தல்காரர்களின் இடத்தை ஓரளவு துல்லியமாகக் கண்டுபிடித்துவிடலாம். அதற்குதான்.

அதன்பிறகு அர்ஷெல் குடும்பம் ரொம்ப நேரம் தாமதிக்கவில்லை. கடத்தல்காரர்கள் கேட்டபடி பணத்தை ஏற்பாடு செய்தார்கள். நீங்கள் பல க்ரைம் நாவல்களில் படித்திருக்கக்கூடிய வழிகளில் அந்தப் பணம் கைமாறியது.

சிறிது நேரம் கழித்து அமெரிக்காவின் இன்னொரு மூலையில் அடைத்துவைக்கப்பட்டிருந்த சார்லஸ் அர்ஷெலின் அறைக் கதவு திறக்கப்பட்டது. 'மிஸ்டர் அர்ஷெல். உங்களை விடுதலை செய்யப்போறோம். உடனே புறப்படுங்க.'

'ஏன்? நீங்க கேட்ட பணம் கிடைச்சுடுச்சா?'

அவர்கள் பதில் சொல்லவில்லை. ஆனால் அர்ஷெல் விவரத்தைப் புரிந்துகொண்டார். எப்போதும்போல் முரண்டு பிடிக்காமல் புறப்பட்டார்.

முந்தைய சில நாள்களாக அர்ஷெல் தான் அடைக்கப்பட்டிருந்த அறை, வீடு, சுற்றியிருக்கும் பண்ணையைப் பற்றிய பல விவரங்களைத் திரட்டியிருந்தார். அவருடைய கண்கள் கட்டப்பட்டிருந்தாலும் காதுகளை வைத்தே ஏகப்பட்ட விஷயங்களைப் புரிந்துகொண்டிருந்தார்.

கடத்தல்காரர்களுக்கு இந்த மேட்டர் தெரியவில்லை. பணம் வந்துவிட்டதே என்கிற குஷியில் அவரை விடுதலை செய்துவிட்டார்கள். அர்ஷெலுடைய பணத்திலிருந்தே பத்து

டாலரை அவர் கையில் கொடுத்து 'வீடு போய்ச் சேர் ராசா' என்று அனுப்பிவைத்தார்கள்.

அர்ஷெல் வீட்டுக்கு வந்தார். அழாக்குறையாக மேலே வந்து விழுந்து கட்டிக்கொண்ட சொந்தங்களை ஆறுதல்படுத்தினார். கொஞ்ச நேரம் ஓய்வெடுத்தார். பிறகு அரசாங்க அதிகாரிகளிடம் பேசத் தயாராகிவிட்டார்.

'சொல்லுங்க மிஸ்டர் அர்ஷெல். உங்களைக் கடத்தினவங்க யார்? அவங்க உங்களை எங்கே அடைச்சுவெச்சிருந்தாங்க? அதைப்பத்தி ஏதாவது விவரம் தெரியுமா?'

அர்ஷெல் ஒவ்வொன்றாகச் சொல்ல ஆரம்பித்தார். ஒரு த்ரில்லர் சினிமாவின் திரைக்கதையை விவரிப்பதுபோல் அவர் துல்லியமான தகவல்களைக் கொட்டியதும் அரசாங்க அதிகாரிகள் ஆடிப்போனார்கள்.

'மிஸ்டர் அர்ஷெல். நீங்க நிஜமாவே ரொம்ப வித்தியாசமான மனிதர்தான். இத்தனை டென்ஷனுக்கு நடுவிலும் இவ்ளோ விவரங்களைச் சேகரிச்சிருக்கீங்கன்னா ஆச்சர்யம்தான்.'

'ஆச்சர்யப்படறது இருக்கட்டும். இந்த விவரங்களை வெச்சு அவங்களைக் கண்டுபிடிக்கிற வழியைப் பாருங்க!'

அரசாங்கம் ஏற்கெனவே அந்தத் திசையில் ரொம்ப தூரம் முன்னேறியிருந்தது. பல துப்புகள், ஆதாரங்கள், விசாரணைகளின் அடிப்படையில் அர்ஷெலைக் கடத்தியது 'மெஷின் கன் கெல்லி'யாகதான் இருக்கவேண்டும் என்று அவர்கள் (சரியாக) ஊகித்திருந்தார்கள்.

'கன் ஃபைட் காஞ்சனா', 'ரிவால்வர் ரீட்டா'மாதிரி யார் இந்த 'மெஷின் கன் கெல்லி'?

'மெஷின் கன் கெல்லி'யின் நிஜப் பெயர் ஜார்ஜ் கெல்லி பார்னெஸ். சாதாரண லோக்கல் திருடனாக இருந்த கெல்லிக்கு அவனுடைய மனைவி கேதரின்தான் ஒரு மெஷின் கன் துப்பாக்கி வாங்கிக் கொடுத்து 'நல்லா பெரிய லெவல்ல கொள்ளையடிச்சுப்

பேர் வாங்கு ராசா' என்று ஊக்குவித்திருந்தாள். அதன்பிறகு அவன் ரௌடிகள் வட்டாரத்தில் 'மெஷின் கன் கெல்லி' என்றே அறியப்பட்டான்.

கெல்லியின் மெஷின் கன்பற்றிப் பல சுவாரஸ்யமான கதைகள் உண்டு. அவற்றில் பிரபலமான ஒன்று, அவன் தன்னுடைய மெஷின் கன்னை வைத்துச் சுவரில் சரமாரியாகச் சுடுவானாம். பிறகு அந்தச் சுவரை நெருங்கிப் பார்த்தால், அவன் சுட்ட துப்பாக்கிக் குண்டுகளாலேயே 'கெல்லி' என்கிற அவனுடைய பெயர் எழுதப்பட்டிருக்குமாம்!

இந்தக் கதையெல்லாம் கேட்பதற்கு நன்றாகத்தான் இருக்கிறது. ஆனால் உண்மையில் கெல்லி அப்பேர்ப்பட்ட பலே கில்லாடியெல்லாம் கிடையாது. பெண்டாட்டி வாங்கிக்கொடுத்தாளே என்று எந்நேரமும் மெஷின் கன்னைத் தூக்கிக்கொண்டு திரிந்தானே தவிர, அவன் யாரையும் சுட்டதாகத் தகவல் இல்லை.

அன்றைய காலகட்டத்தில் அமெரிக்கா முழுவதும் கெல்லிமாதிரி பல அயோக்கியப் பயல்கள் நிறைந்திருந்தார்கள். இவர்களுடைய சிறிய / நடுத்தர / பெரிய சைஸ் திருட்டுத்தனங்கள், கொலை, கடத்தல் நடவடிக்கைகளால் ஒவ்வொரு வருடமும் ஆயிரக்கணக்கான பொதுமக்கள் கடுமையாகப் பாதிக்கப்பட்டார்கள்.

இதனால் அமெரிக்காவை உடனடியாகச் 'சுத்த'ப்படுத்தவேண்டும் என்று அந்த ஊர் அரசாங்கம் முடிவெடுத்திருந்தது. ஒவ்வோர் ஏரியாவிலும் ரௌடித்தனம் செய்துகொண்டு சுற்றுகிறவர்கள் யார் யார் என்று கணக்கெடுத்து அவர்கள்மீது வழக்குத் தொடுத்து உள்ளே தள்ளுவதற்கான தீவிர முயற்சிகள் மேற்கொள்ளப்பட்டுவந்தன.

ஆனால் கெல்லி மட்டும் இதிலிருந்து எப்படியோ தப்பித்துக்கொண்டிருந்தான். பல வழக்குகளில் அரசாங்கத்துக்கு அவன்மீது சந்தேகம் இருந்தபோதும் சரியான ஆதாரங்கள் சிக்கவில்லை.

கேதரினை மணப்பதற்கு முன்னால் கெல்லி சாதாரண சாராயக் கடத்தல் திருடனாகத்தான் இருந்தான். அதில் அவ்வப்போது பிடிபட்டு ஜெயிலில் களி தின்றதும் உண்டு.

ஆனால் கல்யாணத்துக்குப் பிறகு அவனுடைய முகமே மாறிவிட்டது. மனைவி கேதரின்தான் அவனுக்குப் பல தன்னம்பிக்கைக் கதைகளைச் சொல்லிக்கொடுத்துப் பெரிய லெவல் கேடியாக்கியதாகத் தகவல்.

இதனால் கெல்லி வெறும் சாராயக் கடத்தலோடு நிற்காமல் வங்கிகளில் புகுந்து பணம் திருடுவது, ஆள்களைக் கடத்திச் சென்று காசு வசூலிப்பது மாதிரியான குற்றங்களில் ஈடுபட்டிருந்தான். அர்ஷெலைக் கடத்தி அவருடைய குடும்பத்தினரிடமிருந்து இரண்டு லட்சம் டாலர் கறந்தது அவனுடைய மிகப் பெரிய சாதனை.

அதே சமயம் அர்ஷெல் அவனைச் சும்மா விடவில்லை. தன்னை எங்கே அடைத்துவைத்திருந்தார்கள் என்பதுபற்றி அவர் கொடுத்த வர்ணனைகளை வைத்து அரசாங்க அதிகாரிகள் அது எந்த ஊராக இருக்கக்கூடும் என்று ஓரளவு துல்லியமாகவே கண்டுபிடித்துவிட்டார்கள்.

அடுத்து, அந்த ஏரியாக்களில் அர்ஷெலுக்குச் சம்பந்தப்பட்ட யாராவது இருக்கிறார்களா என்கிற விசாரணை தொடங்கியது. அப்போதுதான் லட்டுபோல அவர்களுக்கு ஒரு தகவல் மாட்டியது. 'கெல்லியோட மாமியார் வீடு அங்கேதான் இருக்கு. பக்கத்திலயேதான் அவனோட மச்சான் ஒரு பண்ணை வெச்சிருக்கான்!'

உடனடியாக அரசாங்க அதிகாரிகள் அந்த ஏரியாவுக்குப் பறந்தார்கள். அந்த வீடு, அந்தப் பண்ணை இரண்டையும் நெருங்கிப் பார்த்து ஆராய்ச்சி நடத்தினார்கள். அர்ஷெல் சொன்ன அடையாளங்கள் கச்சிதமாகப் பொருந்தியிருந்தது.

அப்புறமென்ன? கெல்லியின் மாமியார் வீடு, மச்சான் பண்ணை இரண்டும் சுற்றி வளைக்கப்பட்டன. அங்கிருந்தவர்களைக் கைது

செய்து விசாரணை நடத்தியதில் விஷயம் கசிய ஆரம்பித்தது.

அதுமட்டுமில்லை. ஏற்கெனவே அர்ஷெலுக்குப் பணயத் தொகையாகத் தரப்பட்ட டாலர் நோட்டுகளின் நம்பர்களைக் குறித்துவைத்திருந்தார்கள் அல்லவா? அந்த நோட்டுகள் எங்கெல்லாம் செலவு செய்யப்படுகின்றன என்பதுபற்றிய தகவல்கள் வரத் தொடங்கியிருந்தன. அவற்றின் அடிப்படையில் யாரெல்லாம் இந்தக் குற்றத்தில் ஈடுபட்டிருக்கிறார்கள் என்பதைக் கண்டுபிடிப்பது சுலபமாகிவிட்டது.

அடுத்த சில நாள்களில் அர்ஷெல் கடத்தல் வழக்கு தொடர்பாகப் பலர் கைது செய்யப்பட்டார்கள். எல்லோரும் 'மெஷின் கன் கெல்லி'யைத்தான் கைகாட்டினார்கள். அவனோடு கூட்டாக அல்பெர்ட் பேட்ஸ் என்பவனும் இதில் ஈடுபட்டிருப்பது தெரியவந்தது.

சீக்கிரத்தில் அல்பெர்ட் பேட்ஸ் பிடிபட்டுவிட்டான். ஆனால் கெல்லி எங்கே? அவனுடைய மனைவி எங்கே? அதுதான் புரியவில்லை. கெல்லியின் கூட்டாளிகள் வரிசையாகக் கைது செய்யப்பட்ட போது அர்ஷெலின் குடும்பத்தினருக்கு ஒரு மிரட்டல் கடிதம் வந்தது. 'ஒழுங்கா எங்களைத் தேடுற முயற்சியை நிறுத்துங்க. இல்லாட்டி நாங்க என்ன செய்வோம்ன்னே எங்களுக்குத் தெரியாது!'

முன்பு அர்ஷெல் கெல்லியின் கையில் இருந்தவரையில் அரசாங்க அதிகாரிகள் அவசரப்படாமல் ரகசிய விசாரணைகளில் ஈடுபட்டுக்கொண்டிருந்தார்கள். இப்போது அவருடைய உயிருக்குப் பாதுகாப்பு அளிக்கப்பட்டுவிட்டதால் அவர்களுக்கு எந்தத் தயக்கமும் இல்லை. கொஞ்சம் கொஞ்சமாக அவர்கள் கெல்லியை நெருங்கிக்கொண்டிருந்தார்கள்.

அர்ஷெல் கடத்தப்பட்டுச் சரியாக இரண்டு மாதங்கள் கழிந்திருந்தன. 1933 செப்டம்பர் இறுதியில் அவர்களுக்கு ஒரு புதிய துப்பு கிடைத்தது. 'கெல்லியும் அவன் மனைவியும் மெம்ஃபிஸ்ஸில் இருக்கிறார்கள். அங்கே டிச்னெர் என்பவருடைய வீட்டில் ஒளிந்திருக்கிறார்கள்.'

மறுநாள் ஒரு சிறப்புப் படை மெம்ஃபிஸ்ஸிஸ் விரைந்தது. கெல்லி பதுங்கியிருப்பதாகச் சொல்லப்படுகிற வீட்டைச் சுற்றி வளைத்தது.

சாதாரணத் திருடனாக இருந்த கெல்லி பக்காத் திருடனாக பிரமோஷன் பெற்றபின்னர் யாரும் அவனை நெருங்கிப் பார்த்துப் பேசியதில்லை. கைது செய்தது இல்லை. அவனிடம் இருக்கும் மெஷின் கன்னைப்பற்றிப் பல கதைகள் உலவிக்கொண்டிருப்பதால் இப்போது அவன் என்ன செய்வான் என்று அவர்களுக்கும் கொஞ்சம் பதற்றமாகவே இருந்தது.

ஆனால் அவர்கள் அவ்வளவு தூரம் டென்ஷனாகியிருக்க வேண்டிய அவசியமே இல்லை. அந்த அளவுக்கு அவர்களுடைய அதிகாலை நேர ரெய்ட் ஒரு மிகப் பெரிய ஆன்ட்டி-க்ளைமாக்ஸாக முடிந்தது. அரசாங்க அதிகாரிகள் அந்த வீட்டினுள் நுழைந்தபோது 'மெஷின் கன் கெல்லி' கையில் ஒரு சாதாரண தீபாவளித் துப்பாக்கிகூட இல்லை.

ஒருவிதத்தில் கெல்லி அவர்களை ஏற்கெனவே எதிர்பார்த்துக் கொண்டிருந்ததாகத் தோன்றியது. அதிகாரிகள் அவனை நெருங்கியபோது கைகள் இரண்டையும் மேலே தூக்கி 'என்னைச் சுட்டுடாதீங்க ஜி-மென்' என்றானாம்.

அதென்ன 'ஜி-மென்'?

'ஜி' என்றால் கவர்ன்மென்ட்/அரசாங்கம் என்பதன் முதல் எழுத்து. 'ஜி-மென்' என்றால் அரசாங்கத்தின் சார்பாகச் செயல்படும் அதிகாரிகள் என்று அர்த்தம்.

அதற்குமுன்னால் 'ஜி-மென்' என்ற வார்த்தை அரசாங்கத்தின் எல்லா ஊழியர்களையும் குறிப்பதுபோல் இருந்தது. ஆனால் இந்த 'மெஷின் கன் கெல்லி' சம்பவத்துக்குப்பிறகு அது அவனைத் துப்பறிந்து சுற்றி வளைத்துக் கைது செய்த அந்தப் பிரிவுக்குமட்டும் பொருந்தும் ஒரு மந்திரச் சொல்லாக மாறிவிட்டது.

உண்மையில் அந்த அதிகாலை ரெய்டின்போது கெல்லி ஒரு வார்த்தைகூடப் பேசவில்லை என்று சிலர் சொல்கிறார்கள். வேறு சிலர் ‘கெல்லியின் மனைவி கேதரின்தான் அரசாங்க அதிகாரிகளை ‘ஜி-மென்’ என்று அழைத்தாள்’ என்று சத்தியம் செய்கிறார்கள். ‘இது ரெண்டுமே தப்பு. அது சும்மா பத்திரிகையாளர்கள் இட்டுக்கட்டிய கதை’ என்று சொல்பவர்களும் உண்டு.

இவற்றில் எது உண்மையோ, நமக்குத் தெரியாது. ஆனால் இன்றைக்கு அமெரிக்காவில் ‘ஜி-மென்’ என்றால் அது எஃப்.பி.ஐ.தான். ‘மெஷின் கன் கெல்லி’க்குப்பிறகு அவனைவிடப் பலமடங்கு கில்லாடிகளான குற்றவாளிகளையெல்லாம் அவர்கள் சுற்றி வளைத்துப் பிடித்திருக்கிறார்கள். மோதி மூக்கு உடைபட்டிருக்கிறார்கள். ஆனால் அமெரிக்கச் சமூகத்தில் ஜி-மென்னுக்குக் கிடைக்கும் மரியாதை மட்டும் கொஞ்சம்கூடக் குறையவில்லை. ‘ஜி-மென் இல்லாத ஒரு தேசத்தைக் கற்பனையில்கூட நினைக்கமுடியாது’ என்று சொல்கிறவர்கள்தான் அங்கே அதிகம்.

யார் இந்த ஜி-மென்? எங்கிருந்து வந்தார்கள்? என்ன மாதிரி வேலைகளைச் செய்கிறார்கள்? அவர்களுக்கு எந்தெந்த அதிகாரங்கள் உண்டு? எப்படி இயங்குகிறார்கள்? ‘சூப்பர்மேன்’ மாதிரியான ‘ஜி-மென்’ கௌரவத்துக்கு அவர்கள் உண்மையிலேயே தகுதியானவர்கள்தானா? அமெரிக்க உளவுத்துறை என்றவுடன் சி.ஐ.ஏ.தானே நம் நினைவுக்கு வருகிறது? அவர்களுக்கும் எஃப்.பி.ஐ.க்கும் என்ன வித்தியாசம்?

இதற்கெல்லாம் விளக்கம் வேண்டுமென்றால், கதையை 1933ல் தொடங்கினால் போதாது. குறைந்தபட்சம் கால் நூற்றாண்டு காலம் பின்னோக்கிச் செல்லவேண்டும்.

ம்ஹூம், அதுகூடப் போதாது. இன்னும் கொஞ்சம் பின்னால் சென்று 1865ல் அமெரிக்க உள்நாட்டுப் போர் முடிவடைந்த காலகட்டத்துக்குப் போனால் கதை இன்னும் தெளிவாகப் புரியும். ஆரம்பிக்கலாமா?

2. ரகசிய சிநேகிதர்கள்

இன்றைக்கு உலகப் 'பெரியண்ணா'வாக இருக்கிற அமெரிக்கா, பத்தொன்பதாம் நூற்றாண்டின் மத்தியில் ஒரு மிகப் பெரிய இழுபறியில் சிக்கித் தவித்துக்கொண்டிருந்தது.

அவர்களுக்கு எதிரி வெளியிலிருந்து வரவில்லை. உள்ளுக்குள்ளேயே சில மாநிலங்கள் ஊரோடு ஒத்து வாழமாட்டோம் என்று முரட்டுப் பிடிவாதம் பிடித்தார்கள். 'ரொம்ப வற்புறுத்தினால் பிய்த்துக்கொண்டு போய் தனி நாடு அமைத்துவிடுவோம்' என்று மிரட்டினார்கள்.

விஷயம் இதுதான். அமெரிக்காவில் அடிமை முறை தொடரலாமா? கூடாதா?

அப்போது அமெரிக்காவில் சில மாநிலங்கள்மட்டும் அடிமை முறையை ஒழித்துவிட ஒப்புக்கொண்டிருந்தன. மற்றவர்கள் 'அதெல்லாம் சான்ஸே இல்லை' என்று முரண்டு பிடித்தார்கள். ஒரு சிலர் இந்தப் பக்கமும் சேராமல் அந்தப் பக்கமும் சேராமல் குழம்பி உட்கார்ந்திருந்தார்கள்.

1860ம் வருடம் அமெரிக்க அதிபர் தேர்தலின்போது இந்த அடிமைப் பிரச்னை ஒரு முக்கியமான விவகாரமாகப்

பேசப்பட்டது. அடுத்து தேர்ந்தெடுக்கப்படும் குடியரசுத் தலைவர் அடிமைகளுக்கு ஆதரவாக இருப்பாரா, அல்லது அவர்களை அடக்கி ஆளும் பண்ணையார்களின் பிரதிநிதியாக இருப்பாரா என்று நடுத்தர மக்கள் ஆவலோடு எதிர்பார்த்தார்கள்.

அந்தத் தேர்தலில் குடியரசுக் கட்சியின் வேட்பாளராகப் போட்டியிட்டவர் ஆபிரகாம் லிங்கன். அவர் ஆட்சிக்கு வந்தால் அமெரிக்காவில் உள்ள பல லட்சம் அடிமைகளுக்கு நல்ல காலம் பிறக்கும் என்று அனைவரும் நம்பினார்கள்.

இதனால் அடிமை முறைக்கு ஆதரவாக இருந்த 'பண்ணையார்' மாநிலங்களுக்கு லிங்கனைப் பிடிக்காமல் போய்விட்டது. ஒருபக்கம் அவரை அலட்சியப்படுத்துவதுபோல் பேசினார்கள். இன்னொருபக்கம் லிங்கனை எப்படியாவது தோற்கடித்துவிடவேண்டும் என்று திரைமறைவு வேலைகள் நடந்தன.

ஆனால் மக்கள் லிங்கனின் பக்கம்தான் இருந்தார்கள். அந்தத் தேர்தலில் வெற்றி பெற்று அமெரிக்காவின் புதிய அதிபரானார் லிங்கன்.

அவ்வளவுதான். பண்ணையார் மாநிலங்களுக்குப் பதற்றம் கூடிவிட்டது. எந்த நேரத்திலும் லிங்கன் தங்களுக்குக் கடிவாளம் மாட்டிவிடுவார் என்று பயந்த அவர்கள் 'நாங்கள் இனிமேலும் ஐக்கிய அமெரிக்காவில் இல்லை. வெளியேறித் தனி நாடு அமைக்கிறோம்' என்று அறிவித்துவிட்டார்கள்.

ஆபிரகாம் லிங்கன் இதனை ஏற்றுக்கொள்ளவில்லை. 'அடிமைகளுக்கு நல்லது நடப்பது அவசியம்தான். ஆனால் அதற்காக அமெரிக்க நாடு துண்டாவதை நான் அனுமதிக்க மாட்டேன்' என்று திட்டவட்டமாக அறிவித்துவிட்டார்.

பண்ணையார் மாநிலங்கள் அவருடைய பேச்சைக் கேட்கவில்லை. தங்களுக்குத் தாங்களே புதுப் பெயர் சூட்டிக்கொண்டு புது அதிபர் ஒருவரையும் தேர்ந்தெடுத்துவிட்டார்கள். 'லிங்கனா? யாருப்பா அது?' என்று தெனாவெட்டாகக் கேள்வி கேட்டார்கள்.

பரபரப்பான இந்தச் சூழ்நிலையில் லிங்கனுக்கு வேறு வழி தெரியவில்லை. முரண்டுபிடிப்பவர்களை மூக்கணாங்கயிறு போட்டு இழுத்துவரவேண்டும். அதற்கு ராணுவ பலத்தைப் பயன்படுத்தினால்தான் உண்டு.

1861ம் ஆண்டு அமெரிக்க உள்நாட்டு யுத்தம் தொடங்கியது. ஏற்கெனவே அடிமை முறையை ஒழித்துவிட்ட மாநிலங்கள், பார்டர் கேஸ் மாநிலங்கள் எல்லாம் ஆபிரகாம் லிங்கன் தலைமையில் இணைந்து பிரிந்து ஓடிய பண்ணையார் மாநிலங்களுடன் மோதின. அவர்களும் வலுவோடு திருப்பித் தாக்கியதால் போர் பல மாதங்களுக்கு நீடித்தது. அமெரிக்கா இரண்டாக உடைந்து சிதறிவிடுமோ என்று பலர் அச்சப்படுகிற அளவுக்கு நிலைமை மோசம்.

அமெரிக்க உள்நாட்டு யுத்தத்தின்போது ஆபிரகாம் லிங்கனின் பல நேர்த்தியான தலைமைப் பண்புகள் வெளிப்பட்டன. வெவ்வேறுவிதமான மனிதர்கள், குழுக்களை அவர் ஒருங்கிணைத்ததும், ஒரே நோக்கத்துக்காகப் போராடச் செய்ததும், எதிர்க்கிறவர்களைப் படிப்படியாக வழிக்குக் கொண்டுவந்ததும் இந்தப் புத்தகத்துக்குச் சம்பந்தமில்லாத சரித்திர சாதனைகள்.

1865ம் வருடம் அமெரிக்க உள்நாட்டு யுத்தம் முடிவுக்கு வந்தது. வம்பு பண்ணியவர்களின் வால் ஒட்ட நறுக்கப்பட்டிருந்தது. பல மாதப் பதற்றத்துக்குப்பிறகு தேசத்தில் கொஞ்சம்போல் அமைதி.

ஆனால் அதிபர் லிங்கனால் மட்டும் நிம்மதியாக உட்காரமுடியவில்லை. 'இந்த ஆபத்து போய்விட்டது. நாளைக்கு இதேபோல் இன்னொரு விஷயத்தில் வெவ்வேறு மாநிலங்கள் முறைத்துக்கொண்டு நாட்டைத் துண்டு போடமாட்டார்கள் என்பது என்ன நிச்சயம்?'

சின்னதோ, பெரியதோ, தீப்பொறியை வளரவிடக்கூடாது. அது தேசத்துக்கே வெடிகுண்டு வைத்துவிடும் என்பதுதான் லிங்கனின் சிந்தனை.

அப்போது அமெரிக்காவில் உள்நாட்டுப் போர் முடிந்திருந்தாலும் ஆங்காங்கே சில சலசலப்புகள் தொடர்ந்துகொண்டிருந்தன. ஒரு சில பண்ணையார்கள் ஆள் கடத்தினார்கள். அடுத்த நிலையில் இருக்கும் திடீர்ப் பணக்காரர்கள் அப்பாவிப் பெண்களை மயக்கிக் கடத்திப் பாலியல் தொழிலுக்கு விற்றார்கள். ஏழைகள் சாராயம் கடத்தினார்கள். காட்டுக்குள் இருக்கிற மரங்களை வெட்டி விற்றார்கள். கள்ள நோட்டு அடித்தார்கள்.

மற்ற எல்லா விவகாரங்களையும்விட, இந்தக் கள்ள நோட்டுப் பிரச்னைதான் லிங்கனின் தலையை உருட்டியது. அப்போது அமெரிக்காவில் புழக்கத்தில் இருந்த டாலர் நோட்டுகளில் கிட்டத்தட்ட மூன்றில் ஒரு பங்கு கள்ள நோட்டுகள்தான் என்று ஒரு புள்ளிவிவரம் சொல்கிறது.

இந்தக் கள்ள நோட்டுகளை யார் அடிக்கிறார்கள்? எப்படிப் புழக்கத்துக்குக் கொண்டுவருகிறார்கள்? இந்தத் திருட்டுத்தனத்தை எப்படிக் கண்டுபிடிப்பது? யாரை நம்புவது? யாரை நம்பக்கூடாது? எதுவும் புரியவில்லை. இந்தப் பிரச்னையினால் பொதுமக்கள், கடைக்காரர்கள், தொழில் நிறுவனங்கள் என எல்லோரும் கடுமையாகப் பாதிக்கப்பட்டார்கள்.

கள்ள நோட்டு விவகாரம்பற்றி நிறைய யோசித்தபிறகு ஆபிரகாம் லிங்கன் ஒரு முடிவுக்கு வந்தார். 'இதுபோல் அமெரிக்க எல்லைக்குள் நடக்கிற பெரிய லெவல் திருட்டு சமாசாரங்களைத் துப்பறிந்து கண்டுபிடிப்பதற்கு ஒரு ரகசியப் படை தேவை.'

அது எதற்கு? ஏற்கெனவே ஊருக்கு ஊர் காவல்துறை இருக்கிறதே. அவர்கள் இந்த வேலையைச் செய்யமாட்டார்களா?

போலிஸ்காரர்களுக்கு ஏற்கெனவே ஆயிரம் வேலை. அதோடு இந்தச் சுமையையும் அவர்கள் தலையில் தூக்கிவைத்தால் ஒடிந்து விழுந்துவிடுவார்கள்.

அதுமட்டுமில்லை. போலிஸின் அதிகார எல்லை பொதுவாக அந்த ஊருக்குள் முடிந்துவிடும். கள்ள நோட்டு அடிப்பவர்கள் அதுபோலச் சிறிய வட்டங்களில் இயங்குவதில்லை. அவர்கள்

எல்லை தாண்டி வம்பு பண்ணும் குணம் கொண்டவர்கள். இந்த ஊரில் காகிதம் வாங்கி, அந்த ஊரில் இங்க் வாங்கி, இன்னொரு ஊரில் அச்சடித்து, நான்காவதாக வேறோர் ஊரில் கள்ள நோட்டுகளைப் புழக்கத்துக்குக் கொண்டுவருவார்கள். இதில் எந்த ஊர் போலிஸ் அவர்கள்மீது நடவடிக்கை எடுக்கும்?

இன்றைக்குக் கள்ள நோட்டு. நாளைக்கு இதேபோல் இன்னொரு தேசம் தழுவிய பிரச்னை முளைக்கும். அவை ஒவ்வொன்றுக்கும் போலிஸை நம்பிக்கொண்டிருக்கமுடியாது. இதற்கென்று தனியாக ஒரு படை இருந்தால்தான் நல்லது.

1865 ஜூலை 5ம் தேதி அமெரிக்காவின் முதல் 'ரகசிய'ச் சேவைப் பிரிவு (பெயர்: *United States Secret Service*) தொடங்கப்பட்டது. ஆனால் அதைப் பார்க்க ஆபிரகாம் லிங்கன் உயிரோடு இல்லை. அதற்குச் சில மாதங்கள் முன்பாக (ஏப்ரல் 14/15) அவர் கொல்லப்பட்டிருந்தார்.

'எஸ்.எஸ்.' என்று செல்லமாக அழைக்கப்பட்ட இந்த சீக்ரெட் சர்வீஸ் பிரிவு ஆரம்ப காலத்தில் முழுக்க முழுக்கக் கள்ள நோட்டு கேஸ்களைமட்டுமே துப்பறிந்துகொண்டிருந்தது. அதன்பிறகுதான் கொலை, கொள்ளை, சூதாட்டம், மற்ற விவகாரங்களுக்கெல்லாம் அவர்களை இழுக்க ஆரம்பித்தார்கள்.

அதேசமயம் சீக்ரெட் சர்வீஸ்பற்றி அமெரிக்கப் பொதுமக்களுக்கு எந்தத் தகவலும் சொல்லப்படவில்லை. அரசாங்கத்தில் அப்படி ஒரு பிரிவு இயங்கிவருகிறது என்கிற விவரத்தைக்கூட வெளியே சொல்லாமல் மறைத்துவைத்தார்கள். அப்போதுதானே சீக்ரெட் ஏஜென்ட்களால் எந்த இடைஞ்சலும் இல்லாமல் தங்களுடைய வேலையைப் பார்க்கமுடியும்!

1865ல் உருவாக்கப்பட்ட அமெரிக்க சீக்ரெட் சர்வீஸ் இன்றுவரை (கிட்டத்தட்ட 150 வருடங்களாக) மிகச் சிறப்பாக இயங்கிவருகிறது. ஆனால் இந்தக் காலகட்டத்தில் எப்போதும் அவர்கள் தங்களுடைய ஆரம்ப நோக்கத்திலிருந்து விலகவில்லை. 'நமக்கு பப்ளிசிடி வேண்டாம். நம்முடைய வேலையைமட்டும் ஒழுங்காகச் செய்தால் போதும்!'

இத்தனைக்கும் சீக்ரெட் ஏஜெண்ட்களாக இருப்பது ரொம்பச் சுவாரஸ்யமான ஒரு வேலை. அவர்கள்மட்டும் இல்லாவிட்டால் எத்தனையோ தகிடுதத்தப் பேர்வழிகள் அமெரிக்காவைச் சுருட்டி மடித்து விழுங்கியிருப்பார்கள். அவர்களுக்குக் கொஞ்சமும் சந்தேகம் வராதபடி பின்னணியில் இயங்கி, பிரச்னைகளுக்கான மூலகாரணங்களைத் துப்பறிந்து, ஆதாரங்களைத் திரட்டி, சம்பந்தப்பட்ட பேர்வழியைப் பிடித்து உள்ளே தள்ளுவதில் அமெரிக்க சீக்ரெட் ஏஜெண்ட்கள் சமர்த்தர்கள்.

இதனால், மற்ற அரசாங்கப் பிரிவுகளில் ஏதாவது ஒரு வழக்கு, விவகாரம் என்றால் சீக்ரெட் சர்வீஸைக் கூப்பிடுவார்கள். ‘இதைக் கொஞ்சம் துப்பறிஞ்சு சொல்லமுடியுமா?’ என்று கேட்பார்கள்.

‘கண்டிப்பா செய்யலாம். ஆனா கொஞ்சம் செலவாகுமே. பரவாயில்லையா?’

தப்பாக நினைத்துவிடாதீர்கள். இது கிம்பளம் அல்ல. சீக்ரெட் ஏஜெண்ட்களின் சேவையைப் பயன்படுத்திக்கொள்வதற்காக மற்ற அரசாங்கப் பிரிவுகள் பணம் செலுத்தவேண்டும். இந்தக் காசை வைத்துதான் ஏஜெண்ட்கள் ஓர் இடத்திலிருந்து இன்னோர் இடத்துக்குப் பயணம் செய்வது, தங்கிச் சாப்பிடுவது போன்ற செலவுகளைக் கவனித்துக்கொண்டார்கள்.

மற்ற அரசாங்கப் பிரிவுகளோடு ஒப்பிடும்போது சீக்ரெட் ஏஜெண்ட்ஸுக்கான செலவு கொஞ்சம் ஜாஸ்திதான். ஆனால் அவர்கள் செய்கிற வேலை அதிமுக்கியமானது என்பதால் எல்லோரும் மறுபேச்சு இல்லாமல் காசை எடுத்து நீட்டிக்கொண்டிருந்தார்கள்.

கொஞ்சம்கொஞ்சமாக எல்லா அரசாங்கப் பிரிவுகளும் சீக்ரெட் சர்வீஸின் தயவை நம்பியிருக்கவேண்டிய சூழ்நிலை ஏற்பட்டுவிட்டது. அமெரிக்க அதிகார வட்டாரங்களில் அவர்களுடைய கிராஃப் மெல்ல ஏறிக்கொண்டிருந்தது.

1897ம் வருடம் அமெரிக்காவின் புதிய அதிபராகப் பொறுப்பேற்றுக்கொண்டவர் வில்லியம் மெக்கின்லே.

அவருடைய நான்கு வருட ஆட்சிக் காலம் முடியப்போகும் நேரத்தில் (1901) அவர் திடீரென்று படுகொலை செய்யப்பட்டார்.

மெக்கின்லே பெரிய மக்கள் தலைவர் என்றெல்லாம் சொல்லமுடியாது. ஆனால் அவருடைய எதிர்பாராத மரணம் எல்லோரையும் பாதித்தது. 'அமெரிக்காவுக்குள் அதன் அதிபருக்கே சரியான பாதுகாப்பு இல்லாவிட்டால் என்ன அர்த்தம்?' என்று கொதித்தார்கள்.

இதனால் சீக்ரெட் சர்வீஸுக்கு இன்னொரு புதிய பொறுப்பு சேர்ந்துகொண்டது. 'இனிமே அமெரிக்க அதிபரைப் பாதுகாக்கவேண்டிய கடமை உங்களோடது!'

அமெரிக்க சீக்ரெட் சர்வீஸ் இன்றுவரை அந்தப் பொறுப்பைக் கவனமாக நிறைவேற்றிவருகிறது. இந்நாள் அதிபர், துணை அதிபர் தொடங்கி முன்னாள் அதிபர்கள், அவர்களுடைய குடும்பத்தினர்வரை எல்லோரையும் பாதுகாப்பது இந்த ஸ்பெஷல் ஏஜென்ட்கள்தான்!

வில்லியம் மெக்கின்லேயின் மரணத்தைத் தொடர்ந்து புதிய அதிபராகப் பொறுப்பேற்றவர் தியோடர் ரூஸ்வெல்ட். அடுத்த எட்டு ஆண்டுகள் அமெரிக்காவை ஆட்சி செய்த ரூஸ்வெல்ட்தான் இருபதாம் நூற்றாண்டில் அமெரிக்காவுக்கு ஒரு வலிமையான புது முகத்தைக் கொடுத்தவர் என்று சொல்லலாம்.

தியோடர் ரூஸ்வெல்டுக்கு ஒரு நெருங்கிய சிநேகிதர் இருந்தார். அவர் பெயர் ஜெனரல் சார்லஸ் போனபர்டெ.

போனபர்டெ? எங்கேயோ கேட்டதுபோல் இருக்கிறதல்லவா?

பிரெஞ்சுப் பேரரசர், போர்க்களப் புயல் நெப்போலியன் ஞாபகமிருக்கும். அந்த நெப்போலியன் போனபர்டெயின் சகோதரருடைய பேரன்தான் இந்த சார்லஸ் போனபர்டெ.

ஹார்வர்ட், கேம்ப்ரிட்ஜ் என்று மிகப் பெரிய கல்வி நிறுவனங்களில் படித்த சார்லஸ் அதிபுத்திசாலி மாணவர் என்று

பெயர் எடுத்தவர். அமெரிக்காவில் குடியேறி வழக்கறிஞராகப் பணிபுரிய ஆரம்பித்தார்.

சார்லஸிடம் ஏற்கெனவே தேவைக்கு மேல் பணம் குவிந்திருந்தது. ஆகவே அவர் தன்னுடைய வழக்கறிஞர் வேலையைக் காசு சம்பாதிக்கும் வாய்ப்பாகக் கருதாமல் பல்வேறு சமூக சேவைப் பணிகளில் கவனம் செலுத்தத் தொடங்கினார்.

பத்தொன்பதாம் நூற்றாண்டின் இறுதிப்பகுதி அது. பால்டிமோர் வட்டாரத்தில் மக்களைப் பாதிக்கக்கூடிய எந்தப் பொதுநல வழக்கானாலும் அங்கே சார்லஸ் போனபர்டெ ஆஜராகிவிடுவார். எதிர் அணியில் இருப்பது எப்பேர்ப்பட்ட பெரிய மனிதராக இருந்தாலும் கவலைப்படமாட்டார். தன்னுடைய கருத்துகளைத் தைரியமாகப் பேசி வழக்காடுவார்.

நீதிமன்றம் மட்டுமில்லை. பொது மேடைகளிலும் சார்லஸின் குரல் உரக்க ஒலித்துக்கொண்டிருந்தது. ராஜ குடும்பத்தில் பிறந்த ஒருவர் இப்படி மக்களுக்காக வாதாடுவதைப் பலர் ஆச்சர்யமாகப் பார்த்தார்கள்.

அப்போது தியோடர் ரூஸ்வெல்ட் ஒரு முக்கியமான அரசாங்கப் பதவியில் இருந்தார். அவரிடம் யாரோ சார்லஸ் போனபர்டெவைப்பற்றிச் சொல்லியிருக்கிறார்கள். ரூஸ்வெல்டும் ஒரு முற்போக்குச் சிந்தனையாளர் என்பதால் சார்லஸைப் பார்க்காமலேயே அவர்மீது மிகுந்த மரியாதையை வளர்த்துக்கொண்டிருந்தார் அவர்.

1889ம் வருடம் பால்டிமொரில் ஏற்பாடாகியிருந்த ஒரு விழாவில் ரூஸ்வெல்ட், சார்லஸ் இருவருமே பேச அழைக்கப் பட்டிருந்தார்கள். அங்கேதான் அவர்கள் முதன்முறையாகச் சந்தித்துக்கொண்டார்கள். அந்த நட்பு அவர்கள் இருவரின் வாழ்நாள்முழுவதும் நீடித்தது.

அப்போது அமெரிக்காமுழுவதும் அரசு அதிகாரிகளைப்பற்றி ஒரு கேலியான பார்வைதான் நிலவியது. ‘அரசாங்கத்தில வேலை கிடைக்கிறதுக்கு நிறையப் பணமும் சிபாரிசும்

இருந்தாப் போதும்ப்பா. திறமையெல்லாம் அவசியமில்லை' என்று மக்கள் கிண்டலாகப் பேசிக்கொண்டார்கள். அதில் ஓரளவு உண்மையும் இருந்தது.

ஆனால் தியோடர் ரூஸ்வெல்ட் அப்படி சிபாரிசுக்கு மயங்குகிறவர் அல்ல. அவர் தன்னுடைய பொறுப்பில் இருக்கும் பிரிவுகளில் இதுபோன்ற தவறுகள் எவையும் நிகழ்ந்துவிடாதபடி கவனமாகப் பார்த்துக்கொண்டார்.

தியோடர் ரூஸ்வெல்ட், சார்லஸ் போனபர்டெ இருவரும் முதன்முறையாகச் சந்தித்தபோது வழக்கமான நலம் விசாரிப்புகளுக்குப்பிறகு இந்தச் சிபாரிசு, திறமை விவகாரம் பற்றிதான் பேசிக்கொண்டிருந்தார்கள். 'எங்க டிபார்ட்மென்ட்ல திறமைக்குதான் மரியாதை' என்று சார்லஸிடம் அடித்துச் சொன்னார் ரூஸ்வெல்ட்.

'எப்படிச் சொல்றீங்க?'

'இப்ப சமீபத்திலகூட நாங்க சில துப்பாக்கி வீரர்களைத் தேர்ந்தெடுக்கவேண்டியிருந்தது. அந்த வேலைக்கு விண்ணப்பம் செஞ்ச எல்லோரையும் நேரடியா டெஸ்ட் செஞ்சோம். ஓர் இலக்கைக் காண்பிச்சுச் சுடச் சொன்னோம். அதுக்கு மார்க் போட்டு, துல்லியமாச் சுடறவங்களைமட்டும்தான் வேலைக்குத் தேர்ந்தெடுத்தோம். சிபாரிசு லெட்டரையெல்லாம் கசக்கிக் குப்பைத்தொட்டியில போட்டாச்சு.'

'ம்ஹூம். அப்படிச் செஞ்சதுக்குப்பதிலா, நீங்க இன்னொரு வேலை பண்ணியிருக்கலாம்' கிண்டலாகச் சொன்னார் சார்லஸ் போனபர்டெ. 'வந்த வீரர்கள் எல்லோரையும் ரெண்டு ரெண்டு பேரா நிறுத்திவெச்சு, ஒருத்தரைப் பார்த்து இன்னொருத்தரைச் சுடச் சொல்லியிருக்கலாம். அப்புறம் அதில யார் உயிர் பிழைக்கறாங்களோ அவங்களுக்குமட்டும் அப்பாயின்ட்மென்ட் ஆர்டர் கொடுத்திருக்கலாம்!'

சார்லஸ் கிண்டலாகப் பேசினாலும் அவருக்குள் இருக்கிற ஆதங்கம் ரூஸ்வெல்டுக்குப் புரிந்தது. இவரைமாதிரி

திறமைசாலிகள், முற்போக்குச் சிந்தனை கொண்டவர்களை அமெரிக்க அரசாங்கம் பயன்படுத்திக்கொள்ளவேண்டும் என்று மனத்துக்குள் நினைத்துக்கொண்டார்.

அடுத்த சில வருடங்களில் சார்லஸ், ரூஸ்வெல்ட் இருவரும் நெருங்கிய சிநேகிதர்களாகிவிட்டார்கள். கிட்டத்தட்ட இதே காலகட்டத்தில்தான் ரூஸ்வெல்டின் அரசியல் செல்வாக்கு படிப்படியாக அதிகரித்து 1901ல் அவர் அமெரிக்க அதிபரானார்.

உடனடியாக, ரூஸ்வெல்ட் தன்னுடைய நண்பர் சார்லஸ் போனபர்டெவை அழைத்தார். பல முக்கியமான பொறுப்புகளைக் கொடுத்தார். அவர் தனது சிநேகிதர் என்பதற்காக அல்ல. திறமை அடிப்படையில்தான்.

1905ம் வருடம் தொடங்கி சார்லஸ் போனபர்டெ அமெரிக்கக் கப்பல்படையின் செயலாளர் பொறுப்பை வகித்தார். அடுத்த வருடம் அவர் கேபினட் அந்தஸ்துடன் கூடிய அட்டர்னி ஜெனரல் பதவியை ஏற்றுக்கொண்டார்.

வேறெந்தப் பொறுப்பையும்விட, அட்டர்னி ஜெனரல் கௌரவம் சார்லஸுக்கு மிகுந்த மகிழ்ச்சியைக் கொடுத்தது. அடிப்படையில் அவர் ஒரு வழக்கறிஞர் என்பதால் தன்னுடைய திறமைகளை முழுமையாகச் செயல்படுத்தக்கூடிய விதத்தில் ஒரு நல்ல பதவி கிடைத்திருக்கிறது என்று அவர் மிகவும் மகிழ்ந்தார்.

ரூஸ்வெல்டும் அப்படி ஓர் எண்ணத்துடன்தான் சார்லஸை அட்டர்னி ஜெனரலாக நியமித்திருந்தார். அப்போது அமெரிக்காவில் நில உரிமை சம்பந்தப்பட்ட ஏமாற்று வேலைகள் அதிகரித்துக்கொண்டிருந்தன. பெரிய ஜமீன்தார்கள் அப்பாவி ஏழைகளைக் கொள்ளையடித்துக் கொழுத்துக்கொண்டிருந்தார்கள். இன்னொருபக்கம் காடுகளைச் சுரண்டிக் கொள்ளையடிக்கிறவர்கள், அடிமைகளை வாங்கி, விற்கிறவர்கள், பாலியல் தொழிலுக்காகப் பெண்களைக் கடத்துகிறவர்கள், பொய்க் கையெழுத்துப் போட்டுக் காசு திருடுகிறவர்கள் என்று விதவிதமான குற்றங்கள்.

இவர்களையெல்லாம் சுற்றிவளைத்துப் பிடிப்பதுகூட அவ்வளவு கஷ்டமில்லை. பிடித்தபிறகு நீதிமன்றத்தில் நிறுத்தித் தண்டனை வாங்கித் தருவதுதான் மிகப் பெரிய சிரமம். செய்த தவறைச் சந்தேகத்துக்கு இடமின்றி நிரூபிக்காவிட்டால் சட்டத்தின் ஏதாவது ஓர் ஓட்டையைப் பயன்படுத்தி வெளியே வந்துவிடுவார்கள்.

அதனால்தான் சார்லஸ் போனபர்டெ போன்ற ஒரு சிறந்த சட்ட நிபுணர் அட்டர்னி ஜெனரலாக இருப்பது அவசியம் என்று ரூஸ்வெல்ட் நினைத்தார். சட்டமீறல் பேர்வழிகள் எல்லோரும் ஒருத்தர் பாக்கியில்லாமல் உள்ளே தள்ளப்படவேண்டும். அவர்களுக்கு வழங்கப்படும் கடுமையான தண்டனைகளைப் பார்த்து இனிமேல் தப்பு செய்ய நினைக்கிறவர்களுக்கும் பயம் வரவேண்டும். முடியுமா?

சார்லஸின் கனவும் அதுவேதான். அவரது வழிகாட்டுதலால் சரித்திரத்தில் முன்பு எப்போதும் இல்லாத அளவுக்குச் சுறுசுறுப்புடன் இயங்கத் தொடங்கியது அமெரிக்க நீதித்துறை.

கொஞ்சம் பொறுங்கள். சீக்ரெட் சர்வீஸைப்பற்றிப் பேச ஆரம்பித்து எங்கேயோ போய்விட்டோம். அதற்கும் இதற்கும் என்ன சம்பந்தம்?

அமெரிக்க அரசாங்கத்தின் பல பிரிவுகள் தங்களுடைய துப்பறியும் வேலைகளுக்கு சீக்ரெட் சர்வீஸ் ஏஜென்ட்களைப் பயன்படுத்திக்கொண்டார்கள் என்று பார்த்தோம். சார்லஸ் போனபர்டெ காலத்தில் நீதித்துறையும் அவர்களைப் பெரும் எண்ணிக்கையில் உபயோகப்படுத்திக்கொண்டது.

உதாரணமாக ஒரு பெரிய பிரமுகர் இன்னொருவருடைய நிலத்தை ஏமாற்றித் திருடிக்கொண்டிருக்கிறார் என்று ஒரு குற்றச்சாட்டு வரும். உடனே அவரைப் போய்க் கைது செய்துவிடமுடியாது. அந்தக் குற்றச்சாட்டில் உண்மை உண்டா அல்லது அவர்மீது பொறாமை கொண்ட யாரோ கிளப்பிவிட்டிருக்கிறார்களா என்று முதலில் கண்டுபிடிக்கவேண்டும். சரியான ஆதாரங்களைத்

திரட்டவேண்டும். இல்லாவிட்டால் கோர்ட்டில் கேஸ் நிற்காது.

இங்கேதான் சார்லஸின் நீதித்துறைக்கு சீக்ரெட் சர்வீஸ் ஏஜென்ட்களின் உதவி தேவைப்பட்டது. முக்கியமான வழக்குகள் ஒவ்வொன்றிலும் அவர்கள் துப்பறிந்து கொண்டுவருகிற தகவல்கள்தான் பெரிய சாட்சிகளாக நின்று தப்பு செய்தவர்களுக்குத் தண்டனை வாங்கிக் கொடுத்தன.

ஆனால் எவ்வளவு காலத்துக்குதான் இப்படி அடுத்தவர்களுடைய தயவை நம்பியிருப்பது? இந்த ஏஜென்ட்களுக்கு டெய்லி அலவன்ஸ் கொடுத்துக் கொடுத்து ரொம்பச் செலவாகிறது. பேசாமல் நாமே சில துப்பறியும் நிபுணர்களை வேலைக்கு எடுத்துவிட்டால் என்ன?

அமெரிக்க அரசாங்கம் இந்தக் கோரிக்கையை அவ்வளவாகப் பொருட்படுத்தவில்லை. 'ஒவ்வொரு டிபார்ட்மென்டுக்கும் தனித்தனி துப்பறியும் படைகளை அமைத்துக்கொண்டிருக்க முடியாது. பேசாமல் ஏற்கெனவே இருக்கிற சீக்ரெட் சர்வீஸைப் பயன்படுத்திக்கொள்ளுங்கள்' என்று கண்டிப்பாகச் சொல்லிவிட்டார்கள்.

'அது சரிதான் ஐயா. ஆனால் இவர்களை வேலைக்கு எடுக்கவும் பயன்படுத்திக்கொள்ளவும் ரொம்பச் செலவாகிறதே!'

'பரவாயில்லை. துப்பறியும் வேலைகளுக்கென்று உங்களுக்குத் தனியே பட்ஜெட் ஒதுக்கியிருக்கிறோம். அதிலிருந்து எடுத்துச் செலவு செய்துகொள்ளுங்கள். தனி டிபார்ட்மென்ட் அமைக்கிற பேச்செல்லாம் வேண்டாம்.'

அப்போதைக்கு அந்தக் கோரிக்கை அடங்கிவிட்டது. ஆனால் இந்த ஏற்பாடு ரொம்ப நாளைக்கு நீடிக்காது என்பது எல்லோருக்கும் தெரிந்திருந்தது. நீதித்துறைக்கென்று தனியே ஒரு துப்பறியும் படை வேண்டும். இப்போது இல்லாவிட்டாலும், நாளைக்கோ, நாளை மறுநாளோ!

3. ப்யூரோ

அந்த இளம் வழக்கறிஞரின் பெயர் டேவிட் கால்ட்வெல்.

அப்போது அவர் அமெரிக்க அட்டர்னி ஜெனரலின் அலுவலகத்தில் பணிபுரிந்துகொண்டிருந்தார். நல்ல சுறுசுறுப்பான பேர்வழி. பல வழக்குகளில் நேரடிப் பொறுப்பேற்று முக்கியப் பங்காற்றியிருக்கிறார்.

நீதித்துறையில் இருந்த மற்ற வழக்கறிஞர்களைப்போலவே கால்ட்வெலும் பல வழக்குகளில் சீக்ரெட் சர்வீஸ் ஏஜென்ட்களைப் பயன்படுத்திவந்தார். கொஞ்சம் செலவு அதிகம் பிடித்தாலும் அவர்களுடைய வேலை சுத்தமானது என்பதால் அவருக்குப் பரம திருப்தி.

அதேசமயம் இன்னொரு விஷயத்தில் கால்ட்வெலுக்குத் தயக்கம், அல்லது எரிச்சல், அல்லது பொறுமையின்மை. இந்த சீக்ரெட் சர்வீஸின் உளவாளிகள் என்னதான் பிரமாதமாக வேலை பார்த்தாலும் அவர்கள் நீதித்துறைக்குக் கட்டுப்படமாட்டார்கள். இன்னொருவருடைய அதிகார வரம்பின்கீழ் இருக்கிற இவர்களை நாம் எப்படிச் சுதந்திரமாகப் பயன்படுத்திக்கொள்ளமுடியும்?

இன்னொரு பிரச்னை. எந்த வழக்கில் எந்த உளவாளி வேலை செய்யவேண்டும் என்பதைத் தீர்மானிக்கிற அதிகாரம் நீதித்துறைக்கு இல்லை. அவர்கள் ஒரு வழக்கைக் கையில் எடுத்தவுடன் 'இதை விசாரிப்பதற்கு எங்களுக்கு ஓர் உளவாளி வேண்டும்' என்று கருவூலத்துறையிடம் கோரிக்கை விடுப்பார்கள். அவர்கள் தங்களிடம் உள்ள உளவாளிகளில் அப்போதைக்கு யார் ஃப்ரீயாக இருக்கிறார்கள் என்று பார்த்து ஒருவரைத் தேர்ந்தெடுத்து அனுப்பிவைப்பார்கள்.

கருவூலத்துறை? உளவாளிகளுக்கும் அவர்களுக்கும் என்ன சம்பந்தம்?

ரொம்ப நாள் முன்பாக அமெரிக்க சீக்ரெட் சர்வீஸ் படை அமைக்கப்பட்டபோது அவர்களுக்குத் தரப்பட்ட முதல் வேலை என்ன? ஞாபகம் இருக்கிறதா?

அமெரிக்க டாலரைக் கள்ள நோட்டாக அடித்து ஏமாற்றுகிறவர்களைத் துப்பறிந்து கண்டுபிடிப்பது. சட்டத்தின்முன் நிறுத்தித் தண்டனை வாங்கிக்கொடுப்பது. இவை அனைத்தும் 'ட்ரெஷரி' எனப்படும் கருவூலத்துறையின் வேலைகள் என்பதால் சீக்ரெட் சர்வீஸும் அவர்களுடைய அதிகார எல்லையின்கீழ் அமைக்கப்பட்டிருந்தது.

டேவிட் கால்ட்வெல் இதனை ஒரு பெரிய பிரச்னையாக நினைத்தார். 'நாளைக்கே நமக்கு நிறைய வழக்குகள் வந்து ஏகப்பட்ட துப்பறியும் நிபுணர்கள் தேவைப்பட்டால் எல்லாவற்றுக்கும் அவர்களுடைய சீக்ரெட் சர்வீஸை நம்பிக்கொண்டிருக்கமுடியுமா? ஒருவேளை அவர்களிடம் போதுமான உளவாளிகள் இல்லாவிட்டால்? அதன்மூலம் நம்முடைய வேலை தாமதமாகிவிட்டால்? பொதுமக்களும் அரசாங்கமும் நம்மைத்தானே கேள்வி கேட்பார்கள்?'

கால்ட்வெல் சொல்வதில் இருக்கும் நியாயம் அட்டர்னி ஜெனரல் அலுவலகத்தில் உள்ள மற்ற ஊழியர்களுக்குப் புரிந்தது. ஆனால் இதை மாற்றுவதற்குத் தங்களால் என்ன செய்யமுடியும் என்பதுதான் தெரியவில்லை.

அப்போது நீதித்துறையின் கணக்குப் பிரிவில் இருந்த இன்னோர் ஊழியர் ஸ்டான்லி ஃபின்ச். இவரும் 'நமக்கென்று சொந்தமாக ஓர் உளவாளிப் பிரிவு தேவை' என்று திரும்பத் திரும்பச் சொல்லிக்கொண்டிருந்தார்.

சீக்கிரத்தில் இவர்களுடைய கருத்துகள் அட்டார்னி ஜெனரல் சார்லஸ் போனபர்டெவை எட்டின. அவருக்கும் இது ஒரு நியாயமான கோரிக்கையாகவே தோன்றியது. அந்த வருடம் அவர் அரசாங்கத்துக்குச் சமர்ப்பித்த அறிக்கையில் இதைப்பற்றிக் குறிப்பிட்டார்:

'தற்போது நீதித்துறை பலவிதமான சிறிய, பெரிய வழக்குகளை விசாரித்துக்கொண்டிருக்கிறது. ஆனால் எங்களுடைய கட்டுப்பாட்டில் உளவாளிகள், துப்பறியும் நிபுணர்கள் யாரும் இல்லை. ஆகவே நாங்கள் எங்களுடைய துப்பறிதல் பணிகளுக்கு ட்ரெஷரி துறையின் பொறுப்பில் இருக்கும் உளவாளிகளைத்தான் பயன்படுத்துகிறோம். அவர்கள் மிகச் சிறப்பாகப் பணிபுரிகிறார்கள். அதில் சந்தேகமில்லை.'

'ஆனால் அதேசமயம் எங்களுடைய பொறுப்பில் உள்ள வழக்குகள் நாளுக்கு நாள் அதிகமாகிக்கொண்டிருக்கின்றன. எப்போதாவது அவசரமாக ஒரு விஷயத்தைத் துப்பறியவேண்டிய கட்டாயம் ஏற்பட்டால் நாங்கள் ட்ரெஷரி துறையின் தயவை நம்பிக் காத்திருக்கவேண்டியிருக்கிறது. அதனால் ஏற்படக்கூடிய தாமதம் வருங்காலத்தில் பல பெரிய பிரச்னைகளை உருவாக்கிவிடக்கூடும்.'

'இதனால் எங்களுக்கென்று சொந்தமாக ஒரு சிறிய உளவுப் பிரிவை ஏற்படுத்திக் கொடுத்தால் நன்றாக இருக்கும். இதன்மூலம் நிறையப் பணமும் மிச்சமாகும். நாங்கள் இன்னும் சுதந்திரமாகவும் தரமாகவும் வேலை செய்யமுடியும். இந்த மாற்றத்தை உடனே செய்யாவிட்டால் நாமே நம்முடைய நீதித்துறையின் பலத்தைக் குறைத்துக்கொள்கிறோம் என்றுதான் அர்த்தம்!'

அட்டர்னி ஜெனரலே இப்படிச் சொன்னபிறகும் அரசாங்கம் உடனடியாக இறங்கிவரவில்லை. அவர் சொல்வதில் உண்மை இருக்கிறதா என்பதை உறுதிப்படுத்திக்கொள்வதற்காக 1908 ஜனவரி 17ம் தேதி அவரை விசாரணைக்கு அழைத்தார்கள். 'இப்ப உங்களுக்கு என்ன பிரச்னை?'

'இந்த ட்ரெஷரித்துறை உளவாளிங்களைப் பயன்படுத்திக்கறதில எங்களுக்கு நிறைய சிரமங்கள் இருக்கு. உதாரணமா அவங்களோட தினசரி அலவன்ஸ் 3 டாலர். சமீபத்தில அதை 4 டாலரா ஏத்திட்டாங்க. இதனால எங்க செலவுகள் அதிகமாகிட்டே போகுது.'

'இது ஒரு பெரிய செலவு இல்லையே?'

'தனித்தனியாப் பார்த்தா இது சின்னச் செலவுதான். ஆனா இப்படி வருஷம்முழுக்க ஒவ்வொரு தக்கனூண்டு வேலைக்கும் அவங்களைக் கெஞ்சிக் கேட்டு, சரியான உளவாளிங்க வர்றவரைக்கும் காத்திருந்து, அவங்களுக்காகச் செலவு செஞ்சு, ரிப்போர்ட் வாங்கி... எல்லாம் பெரிய தலைவலி. இத்தனைக்குப்பிறகும் அந்த ரிப்போர்ட்ல ஏதாவது பிரச்னைன்னா நாங்க அதட்டிக் கேள்வி கேட்கமுடியாது. ஏன்னா அவங்க ட்ரெஷரி டிபார்ட்மென்டுக்குமட்டுமே கட்டுப்பட்டவங்க.'

'சரி. அதுக்குப் பதிலா நீங்க தனியார் உளவாளிங்களைப் பயன்படுத்தினா என்ன?'

'அதுவும் முடியாது. ஏன்னா வெவ்வேற வழக்குகள் வெவ்வேற ஊர்ல நடக்கும். அங்கெல்லாம் நமக்குத் தனியார் உளவாளிங்க கிடைப்பாங்களான்னு சொல்லமுடியாது. அப்படியே கிடைச்சாலும் அவங்களை எந்த அளவு நம்பமுடியும்? ஒருவேளை அரசாங்க ரகசியங்களை வெளியே கசியவிட்டாங்கன்னா? இந்த அதிகாரத்தைப் பயன்படுத்தி ஊழல் செஞ்சாங்கன்னா? அவங்களையும் நாம கட்டுப்படுத்த முடியாதே!'

'அப்ப இந்தப் பிரச்னைக்கு என்னதான் தீர்வு?'

'ஒரே வழிதான். ஜஸ்டிஸ் டிபார்ட்மெண்ட் முழுப் பொறுப்புல சில உளவாளிகள் எப்பவும் தயாரா இருக்கணும். அது ஒரு சின்ன க்ரூப்பா இருந்தாக்கூடப் போதும். நாங்க அவங்களைச் சரியானபடி பயன்படுத்தி வேலை வாங்கிப்போம்.'

'சரி. யோசிக்கிறோம்.'

இந்தமுறை அரசாங்கம் நிஜமாகவே யோசித்தது. நீதித்துறைக்கென்று சொந்தமாக ஓர் உளவுப்படையை அமைத்துவிடலாமா? அதனால் ஏற்படுகிற கூடுதல் செலவுகளின் சுமையை நம்மால் தாங்கமுடியுமா? அந்த அளவுக்கு பலன்கள் கிடைக்குமா?

அவர்கள் இப்படித் தொடர்ந்து யோசித்துக்கொண்டிருந்த நேரம், சீக்ரெட் சர்வீஸில் ஒரு சின்னப் பிரச்னை. மீடியாக்கள் அதனை ஊதிப் பெரிய விவகாரமாக்கிவிட்டன.

விஷயம் இதுதான். அமெரிக்கக் கடற்படையில் வேலை செய்துகொண்டிருந்த ஓர் அலுவலர் திடீரென்று காணாமல் போய்விட்டார். அவரைத் தேடிக் கண்டுபிடிக்கிற பொறுப்பு சீக்ரெட் சர்வீஸ் பிரிவிடம் ஒப்படைக்கப்பட்டது.

அவர்களுக்கு இதுமாதிரி வேலைகளில் பல வருட அனுபவம். பரபரவென்று செயல்பட்டார்கள். நூலைப் பிடித்துக்கொண்டே பின்னால் போய் அந்த அதிகாரியைக் கண்டுபிடித்துவிட்டார்கள்.

ஆனால் அந்த அதிகாரி தனியாக இல்லை. அவரோடு அவருடைய காதலியும் இருந்தாள்.

சாதாரணக் காதலி இல்லை. கள்ளக் காதலி. இன்னொருவருடைய மனைவியைத் தள்ளிக்கொண்டு காணாமல் போயிருந்தார் இந்த அதிகாரி.

சீக்ரெட் சர்வீஸ் ஏஜெண்ட்கள் இந்த விஷயத்தை வெளிச்சத்துக்குக் கொண்டுவந்தவுடன் அந்தப் பெண்ணின் கணவர் கொதித்துப்போய்விட்டார். தன் மனைவியைப் பிரிவதற்காக விவாகரத்து கேட்டு விண்ணப்பம் செய்தார்.

அதுவரை பிரச்னையில்லை. அதன்பிறகுதான் விவகாரமே ஆரம்பித்தது. கோர்ட்டில் விவாகரத்துக்குக் காரணம் கேட்டபோது 'என் மனைவிக்கு ஒரு கள்ளக் காதலன் இருக்கிறான். அதற்கு அரசாங்க சீக்ரெட் சர்வீஸே சாட்சி' என்று போட்டு உடைத்துவிட்டார் அவர்.

இதைக் கேட்ட மக்கள் டென்ஷனாகிவிட்டார்கள். 'யார் யாரை இழுத்துக்கொண்டு ஓடுகிறார்கள் என்று பார்ப்பதுதான் அரசாங்கத்தின் வேலையா? இவர்கள் ஏன் அநாவசியமாக இப்படிப் பொதுமக்களின் தனிப்பட்ட வாழ்க்கையிலெல்லாம் தலையிடுகிறார்கள்?' என்று முணுமுணுக்கத் தொடங்கினார்கள்.

அவலுக்காகக் காத்திருந்த எதிர்க்கட்சிகளும் பத்திரிகைகளும் இந்த மேட்டரை வாங்கிக் காரசாரம் தூவி பேல்பூரி செய்துவிட்டன. 'சீக்ரெட் சர்வீஸ் அமைக்கப்பட்டதே இதுமாதிரி கள்ளக்காதல்களைக் கண்டுபிடிப்பதற்குதானா?' என்றெல்லாம் கேலி பேசுகிறவர்கள் அதிகமாகிவிட்டார்கள்.

பதறிப்போன அரசாங்கம் உடனடியாக ஒரு சட்டம் நிறைவேற்றியது. 'இனிமேல் சீக்ரெட் சர்வீஸ் துப்பறியும் நிபுணர்களைக் கண்ட வேலைகளுக்கு யாரும் பயன்படுத்தக் கூடாது.'

இந்த உத்தரவு வெளியானதும் நீதித்துறை / அட்டர்னி ஜெனரல் அலுவலக வட்டாரங்களில் எல்லோருக்கும் பெரிய நிம்மதி. 'இனிமே அரசாங்கத்துக்கு வேற வழியில்லை. ட்ரெஷரி டிபார்ட்மெண்ட் உளவாளிகளை நாம பயன்படுத்திக்கமுடியாது. நமக்குன்னு தனியா ஓர் உளவுப்படையை ஏற்படுத்தவேண்டியதுதான்!'

எஃப்.பி.ஐ.யின் பிறந்தநாளாகக் கருதப்பட்டுவது 1908ம் வருடம் ஜுலை 26ம் தேதி. அன்றுதான் நீதித்துறையின் கட்டுப்பாட்டில் ஒரு புதிய உளவுப்பிரிவை ஏற்படுத்துவதற்கான அதிகாரபூர்வ அறிவிப்பு வெளியானது.

ஆனால் அப்போது அந்த உளவுப் பிரிவுக்கு எஃப்.பி.ஐ. என்று

பெயர் சூட்டப்படவில்லை. அதற்கென்று தனியே எந்தப் பெயரும் வைக்காமல் 'நீதித்துறையின் விசாரணைப் பிரிவு' என்பதுபோல்தான் அழைத்தார்கள்.

இதனால் அந்தப் பிரிவில் இடம் பெற்றிருந்த *34* பேருக்கும் 'உளவாளி'ப் பட்டம் சூட்டப்படவில்லை. அவர்களை '*Examiners*' என்று அழைத்தார்கள். அவர்களுடைய தலைவர் '*Chief Examiner*' என்று அழைக்கப்பட்டார். அந்தப் பொறுப்பை ஏற்றுக்கொண்டவர் ஸ்டான்லி ஃபின்ச்.

பெயர் கிடக்கட்டும். திடுதிப்பென்று நீதித்துறைக்கு *34* உளவாளிகள் (அல்லது எக்ஸாமினர்கள்) எங்கிருந்து கிடைத்தார்கள்?

அது ஒரு பெரிய காமெடி. ஏற்கெனவே ட்ரெஷரி டிபார்ட்மென்ட் பொறுப்பில் இருக்கும் சீக்ரெட் சர்வீஸில் உளவாளிகளாகப் பணியாற்றிய சிலர். தனிப்பட்டமுறையில் துப்பறியும் பணிகளில் ஈடுபட்ட அனுபவசாலிகள் சிலர். 'ஏதாச்சும் புதுசாச் செய்யணும்' என்ற ஆர்வம் கொண்ட துடிதுடிப்பான கத்துக்குட்டிகள் சிலர். இவர்களையெல்லாம் குத்துமதிப்பாகப் பொட்டலம் கட்டிதான் நீதித்துறையின் உளவுப் பிரிவு உருவாக்கப்பட்டிருந்தது.

ஆனால் இவர்களில் யாரும் சும்மா காலை ஆட்டிக்கொண்டு உட்கார்ந்து பெஞ்சைத் தேய்க்கமுடியவில்லை. முதல் நாளிலிருந்தே அவர்களுக்குக் கடுமையான வேலைகள் காத்திருந்தன. அந்த அளவுக்கு நீதித்துறையில் வழக்குகள் குவிந்து கிடந்தன.

ஆரம்ப காலத்தில் இந்த உளவுப்பிரிவுக்கென்று தனி பட்ஜெட் எதுவும் ஒதுக்கப்படவில்லை. ஏற்கெனவே நீதித்துறை தனது துப்பறிதல் பணிகளுக்காகச் செலவழித்துக் கொண்டிருந்த வருடாந்திர தொகையைப் பிரித்து இப்போது எக்ஸாமினர்களுக்குச் சம்பளமாகக் கொடுத்தார்கள். அவ்வளவுதான்.

1908ம் ஆண்டு இறுதியில் வழக்கம்போல் அட்டர்னி ஜெனரல் சார்லஸ் போனபர்டெ அரசாங்கத்துக்குத் தன்னுடைய வருடாந்திர அறிக்கையைச் சமர்ப்பித்தார். அதில் இந்த உளவுப் பிரிவைப்பற்றி மிகவும் திருப்தியோடு குறிப்பிட்டிருந்தார் அவர்.

அடுத்த வருடம், அதிபர் தியோடர் ரூஸ்வெல்டின் பதவிக்காலம் முடிவுக்கு வந்தது. இதையடுத்து சார்லஸ் போனபர்டெவும் அட்டர்னி ஜெனரல் பொறுப்பிலிருந்து விலகினார். அவருக்குப் பதில் புதிய அட்டர்னி ஜெனரலாகத் தேர்ந்தெடுக்கப்பட்டவர் ஜார்ஜ் விக்கர்ஷாம்.

இந்த ஜார்ஜ் விக்கர்ஷாம் வருங்கால எஃப்.பி.ஐ.யின் வளர்ச்சிக்குப் பெரிதாக எதையும் செய்ததாகத் தெரியவில்லை. ஆனால் அவர் செய்த ஓர் உருப்படியான வேலை, சரியான பெயர் ஒன்று இல்லாமல் அல்லாடிக்கொண்டிருந்த நீதித்துறையின் உளவாளிகள் பிரிவுக்கு *'Bureau Of Investigation'* என்று நாமகரணம் செய்துவைத்ததுதான்.

அடுத்த பல ஆண்டுகளுக்கு இந்தப் பிரிவு *'BOI'* என்று செல்லமாக அழைக்கப்பட்டுவந்தது. மேலும் பல புதியவர்கள் இதில் சேர்ந்தார்கள். ஓரளவு ஒழுங்கான பயிற்சி, நெறிமுறைகள் ஏற்படுத்தப்பட்டன. ஆண்டுக்கு ஆண்டு இந்த உளவுப்பிரிவின் அளவும் முக்கியத்துவமும் மிகுதியாகிக்கொண்டிருந்தது.

இதற்கு முக்கியக் காரணம் அந்தக் காலகட்டத்தில் அமெரிக்கா முழுவதுமே வம்பு வழக்குகள் அதிகரித்துக்கொண்டிருந்தன. குற்றவாளிகள் இப்போது மேலும் புத்திசாலித்தனத்தோடு சட்டத்தை மீறினார்கள். அவர்களைத் துப்பறிந்து கூண்டில் ஏற்றுவதற்கு பி.ஓ.ஐ. உளவாளிகள் ஓவர்டைமில் உழைக்கவேண்டியிருந்தது.

1910ம் வருடம் அமெரிக்காவில் ஒரு முக்கியமான புதிய சட்டம் அமலுக்கு வந்தது. அதன் பெயர் *'White-slave Traffic Act'*. ஆனால் அரசாங்க அதிகாரிகள், காவல்துறையினர் தொடங்கிப் பொதுமக்கள்வரை எல்லோரும் அதனை *'Mann*

Act’ என்றே அழைத்தார்கள். காரணம் அந்தச் சட்டத்தை எழுதியவருடைய பெயர் ஜேம்ஸ் ராபர்ட் மன்.

அடிப்படையில் மன் சட்டத்தின் நோக்கம் வெள்ளையர்கள் அடிமைகளாக விற்கப்படுவதைத் தடுப்பதுதான். ஆனால் எதார்த்தத்தில் அது இளம் பெண்கள் மற்றும் சிறுமிகள் பாலியல் தொழிலில் ஈடுபடுத்தப்படுவதைத் தடுப்பதற்காகவே பயன்படுத்தப்பட்டது.

அப்போது அமெரிக்காவில் பல நகரங்களில் பாலியல் தொழில் பகிரங்கமாகவே நடைபெற்றுவந்தது. ஒவ்வோர் ஊரிலும் சில குறிப்பிட்ட ‘ஏரியா’க்கள் அல்லது சில வீடுகள் இந்தத் தொழிலில் ஈடுபட்டுக்கொண்டிருந்தன. இந்த விஷயம் சாதாரணப் பொதுமக்களுக்குத் தெரிகிறதோ இல்லையோ. தேவை உள்ளவர்களுக்குத் தெரியும். பயன்படுத்திக்கொள்வார்கள்.

அமெரிக்க ‘ப்ராத்தல்’களில் உள்ள பெண்கள் தாங்களாக விரும்பி இந்தத் தொழிலுக்கு வந்திருந்தால் அது அவர்களுடைய தனிப்பட்ட விவகாரம். அப்படியில்லாமல் ஒருவேளை யாராவது அவர்களைக் கட்டாயப்படுத்தி இதில் ஈடுபடுத்தியிருந்தால்? இதற்காகவே அவர்களைக் கடத்திக் கொண்டுவந்திருந்தால்? அதுமாதிரி குற்றங்களைக் கண்டறிந்து தண்டிப்பதற்குதான் மன் சட்டம் உபயோகப்பட்டது.

மன் சட்டம் அறிமுகப்படுத்தப்பட்டபிறகு, நீதித்துறை உளவாளிகளின் வேலை பல மடங்கு அதிகமாகிவிட்டது: ஒவ்வோர் ஊரிலும் உள்ள பாலியல் தொழில் மையங்களில் உள்ள பெண்களின் எண்ணிக்கையைக் கண்காணிப்பது, அங்கே யாராவது புதுசாக வந்தால் அவர்களுடைய நதிமூலம், ரிஷிமூலத்தையெல்லாம் விசாரித்துக் கண்டுபிடிப்பது, யாராவது கட்டாயத்தின்பேரில் இந்தத் தொழிலுக்குக் கொண்டுவரப்பட்டிருந்தால் அதற்குக் காரணமானவர்களைத் துப்பறிந்து நடவடிக்கை எடுப்பது...

சில நகரங்களில் பாலியல் தொழில் மையங்கள் என்று

எவையும் இருக்காது. ஆனால் அரசல்புரசலாக ஆங்காங்கே 'தொழில்' நடந்துகொண்டிருக்கும். இதையும் விசாரித்துத் தப்பு நடக்காமல் பார்த்துக்கொள்வது நீதித்துறை உளவாளிகள் மற்றும் அவர்களுடைய லோக்கல் அதிகாரிகளின் பொறுப்பாக இருந்தது.

மன் சட்டம் அமலுக்கு வந்துவிட்டது என்பதற்காக நில உரிமை ஏமாற்றுக்காரர்கள், மரவெட்டிகள், மற்ற சட்டமீறல் பேர்வழிகளெல்லாம் திருந்துவிடுவார்களா என்ன? இத்தனை பிரச்னைகளையும் ஒருங்கே சமாளிப்பதற்காக *Bureau Of Investigation* உளவுப்பிரிவில் இருந்த துப்பறியும் நிபுணர்களின் எண்ணிக்கை இருமடங்காக உயர்த்தப்பட்டது.

களத்தில் இறங்கி வேலை பார்க்கும் உளவாளிகள்மட்டுமில்லை. அலுவலகங்களில் இருந்தபடி அவர்களுக்குத் துணைபுரிகிற மற்ற '*Support Staff*'களின் எண்ணிக்கையும் இந்தக் காலகட்டத்தில் கணிசமாக உயர்ந்தது.

இப்படித் திடுதிப்பென்று நீதித்துறையின் உளவுப்பிரிவு பெரிதாக வீங்கினால் அதற்கு ஏற்பச் செலவுகளும் அதிகரிக்குமில்லையா? அதற்கெல்லாம் என்ன கணக்கு?

அப்போது அதைப்பற்றி யோசித்துக் கவலைப்படுகிற நிலைமையில் அமெரிக்கா இல்லை. காரணம், முதலாம் உலகப் போர்! ஐரோப்பாவில் முதலாவது உலகப் போர் வெடித்தபோது *Bureau Of Investigation* பிரிவில் பணிபுரிந்துகொண்டிருந்த உளவாளிகளின் எண்ணிக்கை முன்னூறு. கிட்டத்தட்ட இதற்குச் சம எண்ணிக்கையிலான மற்ற ஊழியர்களும் அங்கே இருந்தார்கள்.

அதாவது, 1908ல் வெறும் 34 ஊழியர்களோடு தொடங்கப்பட்ட உளவுப்பிரிவு அடுத்த ஐந்தாறு ஆண்டுகளுக்குள் சுமார் இருபது மடங்காக உயர்ந்திருக்கிறது. இந்தக் காலகட்டத்தில் இதற்கென்று தனி பட்ஜெட், விசேஷ அதிகாரங்களெல்லாம் சேர்ந்துகொண்டிருந்தன.

இத்தனைக்கும் காரணம் அமெரிக்காவில் வருடத்துக்கு

வருடம் குற்றங்களின் அளவு பெருகிக்கொண்டிருந்தது. என்னதான் கடுமையான சட்டங்களைப் போட்டாலும் துப்பாக்கி தூக்குபவர்களின் எண்ணிக்கை குறையவில்லை. கார் போன்ற ஆட்டோமொபைல் வாகனங்கள் வெகுஜனப் புழக்கத்துக்கு வந்திருந்த காரணத்தால் இவர்கள் ஓர் ஊரில் தப்பு செய்துவிட்டு இன்னோர் ஊருக்குத் தப்பி ஓடுவது மிகச் சுலபமாக இருந்தது. லோக்கல் போலிஸால் இவர்களைத் தடுக்கவோ கட்டுப்படுத்தவோ முடியவில்லை.

இதனால் மாநில எல்லைகளுக்குக் கட்டுப்படாமல் தேசிய அளவில் இயங்குகிற நீதித்துறை உளவுப்பிரிவின் முக்கியத்துவம் பெருகிக்கொண்டே சென்றது. ஒவ்வொரு மாதமும் அவர்களிடம் வழங்கப்படும் வழக்குகளின் எண்ணிக்கை, தன்மை, தாக்கம் எல்லாமே கணிசமாக அதிகரித்தது. நாடுமுழுவதும் 'ப்யூரோ'வுக்கான புதிய அலுவலகங்கள் திறக்கப்பட்டன.

முதல் உலகப் போர் தொடங்கியபோது நீதித்துறை உளவுப் பிரிவுக்குச் சில புதிய பொறுப்புகள் சேர்ந்துகொண்டன: வெளிநாட்டு சக்திகள் அமெரிக்க எல்லைக்குள் ஏதும் வம்பு தும்பு செய்யாமல் பார்த்துக்கொள்ளவேண்டும். அவர்களுடைய உளவாளிகள் உள்ளூரில் தகவல்களைத் திருடிச் சென்றுவிடாமல் காப்பாற்றவேண்டும்.

இத்தனைக்கும் முதல் உலகப் போரில் அமெரிக்கா நேரடியாகப் பங்கேற்றவில்லை. ஐரோப்பாவில் நடக்கிற கலாட்டாவைத் தூரத்திலிருந்து வேடிக்கை பார்த்துக்கொண்டிருந்தார்கள்.

ஆனால் ஜெர்மனி அப்படி நினைக்கவில்லை. அமெரிக்க அரசாங்கம் நிஜமாகவே நடுநிலைமை காக்காமல் பிரிட்டிஷ் துருப்புகளுக்கு ஆதரவாகச் செயல்படுகிறது என்று அவர்கள் தீர்மானித்தார்கள். அமெரிக்காவைத் தாக்க முடிவு செய்தார்கள்.

அதன்பிறகு அமெரிக்கக் கப்பல்கள் பல நடுக்கடலில் தாக்கப்பட்டன, மூழ்கடிக்கப்பட்டன. காரணம் ஜெர்மனியின் நீர்மூழ்கிக் கப்பல்கள்.

ஜெர்மனி இதோடு நிறுத்தவில்லை. அமெரிக்காவுக்குள்ளேயே

புகுந்து கலாட்டா செய்ய ஆரம்பித்தார்கள்.

கொஞ்சம் கொஞ்சமாக அமெரிக்க அரசாங்கம் பொறுமை இழந்துகொண்டிருந்தது. ஒருகட்டத்தில் அவர்களும் போரில் நேரடியாக ஈடுபடத் தீர்மானித்துவிட்டார்கள். இதற்காகப் படை திரட்டும் நடவடிக்கைகள் அதிவேகத்தில் தொடங்கின.

இதற்காக அப்போது அமெரிக்காவில் நல்ல உடல் தகுதியோடு இருந்த இளைஞர்கள், நடுத்தர வயதுக்காரர்கள் எல்லோருமே கட்டாயம் ராணுவ சேவை ஆற்றவேண்டும் என்று அறிவிக்கப்பட்டது. பெரும்பாலானோர் இதனை ஏற்றுக்கொண்டார்கள். சிலர்மட்டும் பொய்க் காரணங்களைச் சொல்லி ஒதுங்கினார்கள். அல்லது தப்பித்து ஓடப்பார்த்தார்கள்.

போர் நெருங்க நெருங்க இதுமாதிரி ஏமாற்றுப் பேர்வழிகளின் எண்ணிக்கை அதிகரித்தது. பொருத்தமான உடல் தகுதி இருந்தும் ராணுவப் பணியில் சேராமல் ஏய்க்கிற இவர்களைத் துப்பறிந்து கண்டுபிடித்து இழுத்துவருவது ஒரு பெரிய வேலையாக இருந்தது.

அமெரிக்கா உலகப் போரில் குதிப்பது என்றால் அவர்களிடம் வெறும் ராணுவ பலம், ஆயுத பலம்மட்டும் இருந்தால் போதாது. எதிரியின் திட்டங்களை முன்கூட்டியே தெரிந்துகொள்ளவேண்டும். அதேபோல் அவர்கள் நம்முடைய திட்டங்களைத் தெரிந்துகொள்ளாதபடி தடுத்து நிறுத்தவேண்டும்.

முக்கியமான இந்த வேலைகளெல்லாம் 'ப்யூரோ'விடம் ஒப்படைக்கப்பட்டன. 'ராணுவத்தில சேராம பயந்து ஓடறவங்களைப் பிடிச்சு நம்ம படைக்குக் கொண்டுவரணும். அப்புறம் எதிரிப் படைகளோ உளவாளிகளோ நம்ம எல்லைக்குள்ள ஊடுருவக்கூடாது. இதெல்லாம் உங்களோட பொறுப்பு. புரிஞ்சதா?'

இந்தப் பணிகளை ப்யூரோ மிகவும் கவனத்தோடு செய்துமுடித்தது. முதல் உலகப் போர்க் காலகட்டத்தில் அவர்களுடைய அதிகார வரம்புகள் உயர்ந்ததுமட்டுமல்ல, உளவாடலில் செய்நேர்த்தியும்

நன்கு மெருகேறத் தொடங்கியிருந்தது.

இப்படி ஓர் அரசாங்க அமைப்புக்குக் கூடுதல் அதிகாரங்களும் வேலையில் நேர்த்தியும் சேர்ந்துகொண்டால் அடுத்து என்ன நடக்கும்?

வேறென்ன? அதீத தன்னம்பிக்கையில் ஏதாவது தப்பு செய்வார்கள். அகலக் கால் வைத்து மாட்டிக்கொள்வார்கள்.

'ப்யூரோ'வும் அதே தவறைத்தான் செய்தது. முதல் உலகப் போருக்குப் பிந்தைய அந்தச் சம்பவம்தான் இன்றுவரை எஃப். பி.ஐ.யின் சரித்திரத்தில் மிக மோசமான கறுப்புப் புள்ளி!

4. அந்த இரண்டு ராத்திரிகள்

முதல் உலகப் போரின் அதிர்வுகள் ஓய்வதற்குள் சர்வதேச அளவில் பதற்றம் உண்டாக்கிய அடுத்த பிரச்னை, ரஷ்யப் புரட்சி.

ரஷ்யாவில் பல தலைமுறைகளாகத் தொடர்ந்துகொண்டிருந்த ஜார் மன்னர்களுடைய ஆட்சி 1917ம் வருடம் முடிவுக்கு வந்தது. அவர்களைத் தூக்கி வீசிவிட்டு லெனின் தலைமையிலான போல்ஷ்விக் அரசாங்கம் அமைந்திருந்தது.

இதனால் பெரும்பாலான உலக நாடுகளில் திடீர்ப் பதற்றம். பெரும்பாலானோர் 'ரஷ்யாவில் நடந்தது நம் ஊரிலும் நடந்துவிடுமோ' என்று பயந்தார்கள்.

இந்தப் பதற்றத்துக்கு முக்கியமான காரணம், தொழிலாளர் பிரச்னை இல்லாத நாடு கிடையாது. இப்போது எக்ஸ்ட்ரா சம்பளம், ஓவர்டைம் கேட்டுப் போராடிக்கொண்டிருப்பவர்கள் நாளைக்கு அரசாங்கம் அமைத்து ஆட்சி செய்ய ஆசைப்பட்டுவிட்டால் என்ன ஆவது? லெனின் பாட்டுக்குச் சும்மா இருக்காமல் 'உலகத் தொழிலாளர்களே, ஒன்றுகூடுங்கள்'

என்று அறிவித்துவிட்டார். இவர்களெல்லாம் ஒன்றாகச் சேர்ந்து, இருக்கிற அரசாங்கங்களைத் தூக்கி வீசிவிடுவார்களோ?

அமெரிக்கா உள்ளிட்ட பல மேற்கத்திய நாடுகள் இப்படித்தான் யோசித்தன. எப்படியாவது தங்களுடைய எல்லைக்குள் கம்யூனிஸம் நுழைந்துவிடாதபடி பார்த்துக்கொள்ளவேண்டும் என்று திட்டமிட்டுக் காய் நகர்த்தினார்கள்.

முதல் உலகப் போரின்போது அமெரிக்காவில் கிட்டத்தட்ட ஒரு கோடிப் பேர் யுத்தம் சார்ந்த வேலைகளில் ஈடுபடுத்தப்பட்டிருந்தார்கள். போர் முடிவுக்கு வந்தவுடன் இவர்களில் பெரும்பாலானோர் வேலை இல்லாமல் நடுத்தெருவில் நிற்கவேண்டிய நிலைமை.

யோசித்துப்பாருங்கள். திடீரென்று ஒரு நாட்டில் பல லட்சம் பேர் வேலை இன்றித் திண்டாடுகிறார்கள் என்றால் என்ன ஆகும்?

ஒரு நாள், இரண்டு நாள், மிஞ்சிப்போனால் ஒரு வாரம்வரை அவர்களால் பசி பொறுக்கமுடியும். அதன்பிறகு? அரசாங்கம் தங்களுக்கு உதவி செய்யவில்லையே என்கிற ஆத்திரம் வரும். 'விஸ்வநாதன், வேலை வேணும்' என்று கேட்டுப் போராட்டத்தில் குதிப்பார்கள்.

அமெரிக்காவில் அதுதான் நடந்தது. தினந்தோறும் ஒவ்வொரு முக்கிய நகரத்திலும் ஏதாவது ஓர் ஊர்வலம், பேரணி, பொதுக்கூட்டம், உண்ணாவிரதம். ஆயிரக்கணக்கான மக்கள் வேலை கேட்டு நேரடிப் போராட்டங்களில் ஈடுபட்டார்கள்.

விஷயம் அதோடு நிற்கவில்லை. ஏற்கெனவே பல நிறுவனங்களில், தொழிற்சாலைகளில் வேலை பார்க்கிற ஊழியர்களும் யூனியன்கள் அமைத்துப் போராட்டங்களில் குதித்தார்கள். அவர்கள் கேட்கும் நியாயமான கோரிக்கைகள்கூட நிர்வாகங்களுக்கும் அரசாங்கத்துக்கும் எரிச்சல் கொடுத்தன.

அமெரிக்கா எவ்வளவோ முயன்றும் இந்தத் தொழிலாளர்

போராட்டங்களைக் கட்டுப்படுத்தமுடியவில்லை. நாளுக்கு நாள் நிலைமை மேலும் மோசமாகிக்கொண்டிருந்தது.

1919ம் வருடத்தில்மட்டும் அமெரிக்காவில் கிட்டத்தட்ட 3600 வேலை நிறுத்தங்கள், மற்ற போராட்டங்கள் நடைபெற்றதாகக் கணக்கிடப்பட்டுள்ளன. இதில் ஈடுபட்ட தொழிலாளர்களின் எண்ணிக்கை நாற்பது லட்சத்துக்குமேல்!

போன வருடம்வரை சும்மா இருந்த தொழிலாளர்கள் திடீரென்று இப்படிக் கலாட்டா செய்கிறார்கள். அதுவும் ஒரே நேரத்தில் எல்லோரும் முரண்டு பிடிக்கிறார்கள். இதற்கு யார் காரணம்?

'வேறு யார்? விளாடிமிர் லெனின்தான். அவருடைய போல்ஷ்விக் கட்சிதான் அமெரிக்காவுக்குள் ஊடுருவி இங்கே இருக்கும் தொழிலாளர்களைத் தூண்டிவிடுகிறது. எல்லோருமாகச் சேர்ந்து புரட்சி செய்து நம்மைக் கவிழ்த்துவிட்டு ஆட்சியைக் கைப்பற்றத் திட்டமிட்டிருக்கிறார்கள்' என்று முடிவு செய்தது அமெரிக்க அரசாங்கம். தொழிலாளர்களின் போராட்டங்களை இரும்புக் கரம் கொண்டு ஒடுக்கத் தீர்மானித்தார்கள்.

கிட்டத்தட்ட இதே நேரம் (1919 ஏப்ரல்) அமெரிக்க செனட் உறுப்பினரான தாமஸ் ஹார்ட்விக் வீட்டுக்கு ஒரு தபால் வந்து சேர்ந்தது. 'பார்சல் பெரிசா இருக்கே' என்று யோசித்தபடி அவருடைய பணியாளர் ஒருவர் அதைப் பிரிக்க, உள்ளே வைக்கப்பட்டிருந்த குண்டு வெடித்தது.

அவ்வளவுதான். ஒட்டுமொத்த தேசமும் அதிர்ந்துபோய் உட்கார்ந்துவிட்டது. 'அமைதிப் பூங்காவாம் அமெரிக்காவில் தபால் குண்டுகளா? இதையெல்லாம் யார் அனுப்புகிறார்கள்? ஏன் அனுப்புகிறார்கள்?'

இதற்கும் கம்யூனிஸ்ட்கள்தான் காரணம் என்று அமெரிக்க அரசாங்கம் நம்பியது. தபாலில் வரும் குண்டுகளில் 'மேட் இன் ரஷ்யா' என்று அச்சிடப்பட்டிருந்ததோ என்னவோ!

அடுத்த சில வாரங்களில் வரிசையாகப் பல முக்கியமான அதிகாரிகள், பிரபலங்கள், தொழில் நிறுவனங்களின் தலைவர்கள் வீடுகளுக்கெல்லாம் தபால் குண்டுகள் அனுப்பப்பட்டன. அமெரிக்க மக்கள் கொஞ்சம் கனமாக எந்தப் பார்சலைப் பார்த்தாலும் பயந்து அலற ஆரம்பித்தார்கள்.

உஷாரான அமெரிக்கத் தபால்துறையினர் வி.ஐ.பி.களின் வீடுகளுக்குச் செல்கிற எல்லாக் கடிதங்கள், பொட்டலங்களையும் உன்னிப்பாகக் கவனிக்க ஆரம்பித்தார்கள். அவற்றில் சந்தேகத்துக்கு இடமாக ஏதாவது தென்பட்டால் உடனடியாக போலிஸைக் கூப்பிட்டார்கள்.

தீவிரவாதிகள் இதற்கா அசருவார்கள்? 'தபால்துறை இல்லாட்டி என்ன? நாங்க நேரடிக் கூரியர் சர்வீஸ்ல வெடிகுண்டு அனுப்புவோம்!'

1919 ஜூன் 2ம் தேதி. அமெரிக்க அட்டர்னி ஜெனரல் அலெக்ஸாண்டர் மிட்ஷெல் பால்மர் வீட்டுக்கு முன்னால் ஓர் இளைஞர் நின்றுகொண்டிருந்தார். அவர் கையில் ஒரு சிறிய பார்சல்.

அந்த இளைஞரின் பெயர் கார்லோ வால்டிநோசி. அவருடைய கையிலிருந்த பார்சல், அட்டர்னி ஜெனரலை வெடித்துச் சிதறடிப்பதற்காக உருவாக்கப்பட்டிருந்த எறிகுண்டு.

ஆனால், கார்லோவின் கெட்ட நேரம், அந்தக் குண்டு உரிய நேரத்துக்கு முன்பாகவே வெடித்துவிட்டது. அட்டர்னி ஜெனரலுடைய வீட்டின் சில பகுதிகள்மட்டும் சேதமடைந்தன. கடைசியில் குண்டு வீசிய கார்லோவின் உயிர் போனதுதான் மிச்சம்.

உண்மையில், அட்டர்னி ஜெனரல் அலெக்ஸாண்டர் பால்மருக்கு ஆயுசு கெட்டி. தீவிரவாதிகள் அவரைப் போட்டுத் தள்ளுவதற்கு இரண்டு முறை முயற்சி செய்தார்கள். ஆனால் ஒவ்வொரு தடவையும் பால்மர் எப்படியோ உயிர் பிழைத்துவிட்டார். ஜூன் 2 குண்டுவெடிப்புச் சம்பவம் பால்மருக்கு மிகுந்த

ஆத்திரத்தைத் தந்தது. 'இந்தக் கம்யூனிஸ்ட் பயல்களை ஒரு வழி செஞ்சுடணும்' என்று உள்ளுக்குள் கறுவிக்கொண்டார்.

ஒரு நிமிஷம். அமெரிக்கா முழுவதும் தபால் குண்டுகளை அனுப்புகிறவர்கள் கம்யூனிஸ்ட்கள்தான் என்பதற்கு என்ன ஆதாரம்?

எந்த மண்ணாங்கட்டி ஆதாரமும் இல்லை. அவர்களாகத்தான் இருக்கவேண்டும் என்று அமெரிக்க அரசாங்கம் நம்பியது. அதிகாரிகள் நம்பினார்கள். அது போதாதா? கம்யூனிஸ்ட்கள்மீது மிகக் கடுமையான அடக்குமுறை அவிழ்த்துவிடப்பட்டது.

அதுவரை வேலை நிறுத்தம் செய்கிற ஊழியர்கள்மீதுமட்டும் நடவடிக்கை எடுத்துக்கொண்டிருந்த அமெரிக்கக் காவல்துறை இப்போது கம்யூனிஸ்ட்கள், அல்லது கம்யூனிஸ்ட்களாக இருக்கக்கூடும் என்று சந்தேகப்படுகிற எல்லோரையும் வீடு புகுந்து அடித்து நொறுக்கியது. அமெரிக்கா முழுவதும் கம்யூனிஸ்ட் சிவப்புக் கொடியை ஏற்றுவதற்குத் தடை விதிக்கப்பட்டது. யாராவது மொட்டை மாடியில் சிவப்புக் கலர் காசித் துண்டைக் காயப்போட்டால்கூடப் பாய்ந்து போய்ப் பறிமுதல் செய்தார்கள்.

அட்டர்னி ஜெனரல் பால்மர் வீட்டில் குண்டு வெடித்தபிறகு இந்த நடவடிக்கைகள் இன்னும் தீவிரமடைந்தன. இதற்காக 'ப்யூரோ ஆஃப் இன்வெஸ்டிகேஷன்'னில் '*Radical Division*' என்ற புதிய பிரிவை உருவாக்கினார் பால்மர். இதற்குத் தலைவராக நியமிக்கப்பட்டவர் எட்கர் ஹூவர்.

இதையடுத்து ப்யூரோவின் துப்பறியும் பலம் மொத்தமும் கம்யூனிஸ்ட்களைப்பற்றிய தகவல்களைக் கறப்பதற்காகத் திருப்பிவிடப்பட்டது. எட்கர் ஹூவர் தலைமையில் அமெரிக்காவில் இருக்கும் கம்யூனிஸ்ட் அமைப்புகள், சிறு குழுக்கள், அவற்றில் பங்குபெற்றிருக்கும் உறுப்பினர்கள், தலைவர்கள், அவர்கள் வெளியிட்டுள்ள புத்தகங்கள், பத்திரிகைகள், துண்டுப் பிரசுரங்கள், பேச்சுகள், மற்ற ஆவணங்களெல்லாம் திரட்டி ஃபைல் செய்யப்பட்டன.

மூன்றே மாதத்துக்குள் கிட்டத்தட்ட அறுபதாயிரம் கம்யூனிஸ்ட் ஆதரவாளர்களைப்பற்றிய விவரங்களைத் திரட்டித் தொகுத்துவிட்டார்கள்.

பால்மருக்கு இதில் முழுத் திருப்தி இல்லை. இத்தனை பெரிய அமெரிக்காவில் கம்யூனிஸ்ட்கள் வெறும் அறுபதாயிரம்தானா? கணக்கு உதைக்கிறதே.

'நோ ப்ராப்ளம் சார். இது ஒரு சின்ன ஆரம்பம்தான்' என்றார் ஹூவர். 'இன்னும் ஆழமாத் தோண்டினா ஏகப்பட்ட கம்யூனிஸ்ட்கள் சிக்குவாங்க.'

'அப்புறம் ஏன் சும்மா இருக்கீங்க? தோண்டுங்க!'

அட்டர்னி ஜெனரலே இப்படிச் சொன்னபிறகு சும்மா இருக்கமுடியுமா? ப்யூரோ தன்னுடைய மற்ற உளவுப் பணிகளையெல்லாம் நிறுத்திவிட்டு கம்யூனிஸ்ட்களைப்பற்றிய தகவல்களைத் திரட்ட ஆரம்பித்தது. 1920 முடிவுக்குள் முழுசாக இரண்டு லட்சம் கம்யூனிஸ்ட் உறுப்பினர்கள் / அமைப்புகளின் விவரங்கள் அவர்களிடம் சேர்ந்திருந்தன.

ஆனால் இதையெல்லாம் வைத்துக்கொண்டு சாமிக்குப் பூஜை போடவா முடியும்? அடுத்த நடவடிக்கையை யோசிக்கவேண்டாமா?

இங்கேதான் எட்கர் ஹூவர் மிகுந்த நிதானம் மற்றும் ராஜ தந்திரத்தோடு செயல்பட்டார். கம்யூனிஸ்ட் அமைப்புகளில் உறுப்பினர்களாக உள்ளவர்களில் யாரையாவது அமெரிக்க அரசாங்கத்துக்கு ஆதரவாகச் செயல்படச்செய்யமுடியுமா என்றூ பார்த்தார். அது சாத்தியமில்லாதபோது தன்னுடைய ஏஜென்ட்களைப் பொய்ப் பெயர், அடையாளத்தில் அந்த அமைப்புகளுக்குள் ஊடுருவச் செய்தார்.

இதனால் கம்யூனிஸ்ட் இயக்கங்களின் தன்மை, செயல்பாடுகள், அடுத்தகட்டத் திட்டங்களைப்பற்றிய பல தகவல்கள் ப்யூரோவுக்கு முன்கூட்டியே தெரிந்துவிட்டன. ஆனால் இவற்றில்

எது உண்மை, எதெல்லாம் இட்டுக்கட்டியது என்று அவர்கள் யோசிக்கவில்லை. அல்லது யோசிக்க விரும்பவில்லை.

1919 நவம்பர் மாதம். ப்யூரோ *URW* (யூனியன் ஆஃப் ரஷ்யன் வொர்க்கர்ஸ்) என்ற தொழிலாளர் அமைப்புக்குக் குறிவைத்தது. அமெரிக்கா முழுவதும் இந்த அமைப்பைச் சேர்ந்த உறுப்பினர்கள் எங்கெல்லாம் கூடிப் பேசுகிறார்கள் என்று மேப் வரைந்து பார்த்துக்கொண்டார்கள். அந்த இடங்களில் எப்போது ரெய்ட் நடத்தினால் அதிகப் பேரைப் பிடிக்கமுடியும் என்று கணக்கெடுத்தார்கள். இறுதித் திட்டம் தயாரானது.

அந்த மாதம் *7*ம் தேதி இரவு, ப்யூரோவும் உள்ளூர்க் காவல்துறைகளும் சேர்ந்து வேட்டையை ஆரம்பித்தார்கள். சம்பந்தப்பட்டவர்கள் யாரும் உஷாராகிவிடாதபடி, அடுத்தவர்களுக்குத் தகவல் கொடுத்துவிடமுடியாதபடி ஒரே நேரத்தில் *12* நகரங்களில் ரெய்ட் நடந்தது. *URW* அமைப்புடன் தொடர்புள்ளவர்கள் என்று சந்தேகிக்கப்பட்ட எல்லோரும் கைது செய்யப்பட்டார்கள்.

*URW*மட்டுமல்ல. அந்த ராத்திரி நேரத்தில் ரஷ்ய மற்றும் கம்யூனிஸ்ட் சார்புடையதாகக் கருதப்பட்ட பல இயக்கங்களின் அலுவலகங்கள், அவர்களுடைய முக்கிய பிரமுகர்களின் வீடுகளில் ரெய்ட் நடைபெற்றது. பலரிடம் எந்தக் காரணமும் சொல்லாமல் வலுக்கட்டாயமாக இழுத்துச் சென்றார்கள்.

கொடுமையான விஷயம், இவர்கள் எல்லோரையும் கைது செய்வதற்கு ப்யூரோவிடமோ போலிஸிடமோ முறையான அனுமதி இல்லை. சந்தேகத்துக்கு இடமான சுமார் *600* *URW* உறுப்பினர்களுக்குமட்டும் முறைப்படி 'அரெஸ்ட் வாரண்ட்' பெறப்பட்டிருந்தது. ஆனால் அந்த *600* பேரைத் தேடுவதற்குக்கூட அவர்கள் முயற்சி செய்யவில்லை. கண்ணில் பட்டவர்களையெல்லாம் பிடரியைப் பிடித்து இழுத்துச் சென்றார்கள். 'வாரண்ட் எங்கே?' என்று கேட்டவர்களை அவர்கள் பேசக்கூட விடவில்லை. அவர்களுடைய சந்தேக நிழல் விழுந்த எல்லோர்மீதும் தேசத் துரோகக் குற்றம் சாட்டிக்

கொத்துக்கொத்தாக அள்ளி உள்ளே தள்ளினார்கள்.

இத்தனைக்கும் அமெரிக்கச் சட்டம் தனது சொந்த மக்கள் மற்றும் வெளியிலிருந்து அங்கே வந்து குடியேறியவர்கள் எல்லோருடைய மனித உரிமைகளையும் மதிக்கக்கூடியது. ஆனால் அந்த இரவில் எல்லா நெறிமுறைகளும் மிதிக்கப்பட்டன. போதுமான சாட்சி, ஆதாரம் எதுவுமே இல்லாமல் பல நூறு பேர் கைது செய்யப்பட்டார்கள்.

அதன்பிறகு அவசரமாக விசாரணை தொடங்கியது. அந்த இரவில் கைதான எல்லோரும் அமெரிக்க அரசாங்கத்தைக் கவிழ்க்க முயற்சி செய்த துரோகிகள் என்று முத்திரை குத்தப் பார்த்தது ப்யூரோ. அவர்களையெல்லாம் உடனடியாக நாடு கடத்தவேண்டும் என்று துடித்தார்கள்.

ஒருவேளை அது உலகப் போர் நேரமாக இருந்தால் அவர்களுடைய 'தேசப் பற்று' வாதம் எடுபட்டிருக்கலாம். ஆனால் இப்போது அப்படிப்பட்ட நெருக்கடிச் சூழ்நிலை எதுவும் இல்லை. நீதிமன்றம் முழுக்க முழுக்க ஆதாரங்களின் அடிப்படையில்தான் யார் குற்றவாளி என்று முடிவு செய்யும்.

இப்போது ப்யூரோவின் முகத்தில் அசடு வழிந்தது. கைதானவர்களில் சுமார் இருபது சதவிகிதத்துக்கும் குறைவானவர்கள் மீது மட்டும்தான் வழக்குத் தொடுத்தார்கள். மற்றவர்களை விடுவித்துவிட்டார்கள்.

முக்கியமான விஷயம், ப்யூரோவின் இந்த 'அட்ஜஸ்ட்மென்ட்' வெளியே யாருக்கும் தெரியவில்லை. மக்களைப் பொறுத்தவரை அமெரிக்க அரசாங்கம் தேசத் துரோகிகள்மீது நடவடிக்கை எடுத்திருக்கிறது. கம்யூனிஸ்ட் கம்மனாட்டிகளுக்கு நல்ல உதை கொடுத்து ஊருக்கு அனுப்பிவைத்திருக்கிறது. பலே!

ஆனால் ஹூவர் அப்படி நினைக்கவில்லை. ஆர்வக் கோளாறில் கொஞ்சம் அகலக்கால் வைத்துவிட்டோம் என்பது அவருக்குப் புரிந்தது. 'சட்டப்படி அமெரிக்கக் குடிமக்கள், அயல்நாட்டினருக்குத் தரவேண்டிய மனித உரிமைகளை

மதிக்காமல் நடந்துகொண்டுவிட்டோம். இந்தமுறை தலை தப்பியது யாருடைய புண்ணியமோ. இனிமேல் கொஞ்சம் கூடுதல் கவனமாக இருக்கவேண்டும்' என்று நினைத்துக்கொண்டார்.

அதேசமயம் இத்தனை கலாட்டாவுக்கும் பிள்ளையார் சுழி போட்டுவைத்த அட்டர்னி ஜெனரல் அலெக்ஸாண்டர் பால்மரின் சிந்தனை வேறுவிதமாக இருந்தது. அவருக்கு அடுத்த தேர்தலில் நின்று அமெரிக்க அதிபராகவேண்டும் என்று ஆசை. அதற்கு இந்த ரெய்ட் சம்பவங்கள் பயன்படும் என்று கணக்குப் போட்டார்.

இப்படி யோசியுங்கள். அமெரிக்காவில் சிவப்பு நிழல் படிந்திருக்கிறது. அட்டர்னி ஜெனரல் அதிரடியாகச் செயல்பட்டுத் தப்பு செய்தவர்களைப் பிடித்து உள்ளே தள்ளுகிறார். அல்லது நாடு கடத்துகிறார். அதன்மூலம் நாடு காப்பாற்றப்படுகிறது. அப்பேர்ப்பட்ட 'சூப்பர் ஹீரோ' அட்டர்னி ஜெனரலுக்கு நீங்கள் ஓட்டுப் போடுவீர்களா? மாட்டீர்களா?

ஏற்கெனவே அமெரிக்க மீடியா முழுவதும் கம்யூனிஸ்ட் ஜுரம் பிடித்துப் பிதற்றிக்கொண்டிருக்க அலெக்ஸாண்டர் பால்மர் அதனைத் தனக்குச் சாதகமாகப் பயன்படுத்திக்கொள்ள முடிவு செய்தார். அடுத்த தேர்தல் வருவதற்குள் அமெரிக்காவில் இருக்கும் தீவிரவாத சக்திகளைக் களையெடுத்தே தீருவேன் என்று அடுத்த வேட்டைக்கு உத்தரவிட்டார்.

ஹூவருக்கு இது சரியாகப் படவில்லை. 'அதில் கொஞ்சம் பிரச்னை இருக்கும்போலத் தோன்றுகிறது' என்று இழுத்தார்.

'என்ன பிரச்னை?'

'நீங்க ரூல் 22பற்றிக் கேள்விப்பட்டதில்லையா?'

'அதென்ன ரூல் 22?'

'அமெரிக்காவில் பிறக்காத வெளிநாட்டுக்காரங்களை நாம கண்டபடி அரெஸ்ட் செஞ்சு வெளியே துரத்தமுடியாது. அவங்க

தங்கள் தரப்பு நியாயத்தைச் சொல்றதுக்கு ஒரு வழக்கறிஞரை நியமிச்சுக்கலாம். சட்டப்படி அவங்களுக்கு அந்த உரிமை உண்டு. நாமளோ போலிஸோ அவங்களை விசாரிக்கும்போது அந்த லாயரும் கூடவே இருக்கணும்ன்னு ரூல் 22 சொல்லுது.'

'அதனால?'

'இப்போ நாம ஒருத்தரை அரெஸ்ட் செய்யறோம். அவங்க நிஜமாவே கம்யூனிஸ்ட்கள்தானான்னு தெரிஞ்சுக்கறதுக்காக நாலுவிதமா அதட்டி விசாரிக்கறோம். அப்போ அவங்களோட லாயரும் பக்கத்திலேயே இருந்தா அவங்க எப்படி உண்மையைச் சொல்லுவாங்க? கோர்ட்ல கேஸ் நிக்காது சார்! போனவாட்டிமாதிரி நாமதான் மூஞ்சில கரியைப் பூசிகிட்டு நிக்கணும்.'

'ப்ச், இதெல்லாம் யாருக்குத் தெரியப்போகுது?'

'நேத்திக்குவரைக்கும் தெரியாது. ஆனா நம்மளோட ரெய்ட்களால இப்ப எல்லாருக்கும் எல்லாமும் தெரிஞ்சுபோச்சு. அவங்க தங்களோட உரிமைகள் என்னென்னன்னு தெளிவாப் புரிஞ்சுகிட்டிருக்காங்க. இந்தவாட்டி நாம போலிஸைக் கூட்டிக்கிட்டுப் போய் நின்னோம்ன்னா யாரும் பயப்படமாட்டாங்க. தைரியமா லா பாயின்ட் பேசுவாங்க, எதிர்த்து நிப்பாங்க.'

'அப்ப நாம என்னதான் செய்யறது?'

'ரூல் 22வை முதல்ல நீக்கணும். அதுக்கப்புறம்தான் அடுத்த ரெய்டு.'

ஹூவர் உடனடியாகச் செயல்பட்டார். குடியேற்றத்துறை கமிஷனரான ஆன்டனி காமினெட்டியைச் சந்தித்தார். 'ரூல் 22'வை மாற்றவேண்டிய அவசியம்பற்றிப் பேசினார்.

கமிஷனர் காமினெட்டிக்கு நிலைமையின் தீவிரம் புரிந்தது. பிரச்னைக்குரிய அந்த விதிமுறையை மாற்றுவதற்கு ஒப்புக்கொண்டார்.

அதன்பிறகு வேலைகள் சுறுசுறுப்பாக நடந்தன. கிறிஸ்துமஸ் முடிந்த கையோடு ஆயிரக்கணக்கான அரெஸ்ட் வாரண்ட்கள் வழங்கப்பட்டன. அடுத்த ரெய்டுக்கு நாள் குறிக்கப்பட்டது.

இந்தமுறை ப்யூரோ ஏஜென்ட்கள் முன்பைவிட நேர்த்தியோடு செயல்பட்டார்கள். ஏற்கெனவே அவர்களுடைய ஆள்கள் நாடுமுழுவதும் உள்ள பல்வேறு கம்யூனிஸ்ட் சார்பு இயக்கங்களில் ஊடுருவியிருந்ததால், அவர்கள் ரெய்டுக்காகக் குறித்துவைத்த அதே நாளில் எல்லா இடங்களிலும் ஏதாவது ஒரு கூட்டம் நடக்குமாறு பார்த்துக்கொண்டார்கள். அப்போதுதானே முக்கியப் பிரமுகர்களையெல்லாம் ஒரே நேரத்தில் வளைத்துப்போடமுடியும்!

1920 பிறந்து புத்தாண்டுக் கொண்டாட்டங்களெல்லாம் முடிந்த மறுநாள். ஜனவரி 2ம் தேதி இரவு 7 மணிக்குத் தொடங்கி 23 மாநிலங்களில் உள்ள 33 நகரங்களில் கம்யூனிஸ்ட் ஆதரவாளர்களை வேட்டையாடத் திட்டமிட்டிருந்தது ப்யூரோ.

அடுத்த சில நாள்கள் பல நூறு ப்யூரோ ஏஜென்ட்கள், காவல்துறையினர், மற்ற தன்னார்வலர்கள் இதற்கான ஏற்பாடுகளில் ஈடுபட்டார்கள். இரண்டாவது ரவுண்ட் 'பால்மர் ரெய்ட்'கள் குறித்த நேரத்தில் சரியாகத் தொடங்கின.

சென்றமுறை நடந்த அசம்பாவிதங்களால் நன்றாகப் பாடம் கற்றுக்கொண்டிருந்த ப்யூரோ இப்போது எந்தப் பிசிறும் இல்லாதபடி தன்னுடைய திட்டத்தை நிறைவேற்றியது. பல்வேறு தொழிலாளர் அமைப்புகள், ரஷ்ய / கம்யூனிஸ்ட் சார்பு இயக்கங்களைச் சேர்ந்த ஆயிரக்கணக்கானவர்கள் கைது செய்யப்பட்டார்கள். இப்போது அவர்களுக்கு ஆதரவாக 'ரூல் 22'வும் இல்லாததால் யாராலும் வாய் திறந்து பேசமுடியவில்லை.

1920 ஜனவரி 2ம் தேதி இரவு 7 மணிக்குத் தொடங்கி மறுநாள் காலை 7 மணிக்குள் பன்னிரண்டு மணி நேரத்தில் கிட்டத்தட்ட பத்தாயிரம் பேருக்குமேல் கைது செய்யப்பட்டார்கள். இவர்களில் பாதிக்கும் மேற்பட்டவர்கள்மீது

வழக்குக்கூடத் தொடரப்படவில்லை. மிச்சமிருந்தவர்களில் எண்பது சதவிகிதத்துக்குமேல் நீதிமன்றத்தால் விடுதலை செய்யப்பட்டுவிட்டார்கள்.

ஆக 'பால்மர் ரெய்ட்'களால் வடிகட்டப்பட்ட பல ஆயிரம் பேரில் நிஜமாகவே அமெரிக்க அரசாங்கத்துக்கு எதிராகச் சதி செய்தவர்கள் சில நூறுதான். மற்றவர்கள் எல்லோரும் எந்தக் காரணமோ ஆதாரமோ சாட்சியமோ இல்லாமல் சிறையில் தள்ளப்பட்ட அப்பாவிகள். சில மணி நேரமோ, சில நாளோ, அதனால் அவர்களும் அவர்களுடைய குடும்பத்தினரும் அனுபவித்த மன உளைச்சல்களுக்கெல்லாம் யார் பதில் சொல்லமுடியும்?

ஆரம்பத்தில் பால்மரும் ப்யூரோவும் நடத்திய ரெய்ட்களைப் பாராட்டிய பத்திரிகைகள் இப்போது கடுமையாக விமர்சிக்க ஆரம்பித்தார்கள். 'தேசத்தைப் பாதுகாப்பது முக்கியம்தான். ஆனால் அதற்காகக் குடிமக்களின் மனித உரிமைகளைப் பறிகொடுக்கமுடியுமா? இது அராஜகம்' என்கிற குரல் உரக்கக் கேட்கத் தொடங்கியது.

இந்த திடீர் திருப்பத்தை அட்டர்னி ஜெனரல் அலெக்ஸாண்டர் பால்மர் கொஞ்சம்கூட எதிர்பார்த்திருக்கவில்லை. அவர் பெருமைக்குரிய விஷயமாக நினைத்துக்கொண்டிருந்த ரெய்ட்கள் இப்போது பூமராங்மாதிரி அவரையே திரும்பிவந்து தாக்க ஆரம்பித்தன.

பால்மர்போலவே ப்யூரோவும் இந்த விஷயத்தில் கடுமையாக விமர்சிக்கப்பட்டது. 'நிஜமாகவே அமெரிக்காவுக்கு ஓர் உளவுத்துறை தேவையா? அல்லது அப்பாவி பொதுஜனங்களைப் பயமுறுத்துவதற்காகவும் பழிவாங்குவதற்காகவும் அரசாங்கம் இந்த ப்யூரோவைப் பயன்படுத்திக்கொள்கிறதா?' என்றெல்லாம் சந்தேகங்கள் பரவலாக எழுந்தன.

1920 மே மாதம் 'நேஷனல் பாப்புலர் கவர்ன்மென்ட் லீக்' என்கிற மக்கள் அமைப்பு பால்மர் ரெய்ட்களைப்பற்றி விசாரணை

நடத்தியது. பல முக்கியமான நீதிபதிகள் பங்குபெற்ற இந்தத் தனிப்பட்ட விசாரணைகளின் முடிவில் ஒரு விரிவான தீர்ப்பு அறிக்கை வெளியிடப்பட்டது. அதில் பால்மரும் ப்யூரோவும் எப்படியெல்லாம் சட்டத்தை மீறியிருக்கிறார்கள், மனிதாபிமானமில்லாமல் நடந்துகொண்டிருக்கிறார்கள் என்று ஆதாரங்களோடு பட்டியல் தரப்பட்டிருந்தது.

அவ்வளவுதான். அலெக்ஸாண்டர் பால்மரின் இமேஜ் கண்டபடி கிழிந்து தொங்கியது. இதற்குமேல் அவர் தேர்தலில் நின்றால் ஒரு பயல் ஓட்டுப் போடப்போவதில்லை. அவருடைய அமெரிக்க அதிபர் கனவு அரைகுறையாகக் கலைந்துபோனது.

பால்மரோடு ஒப்பிடும்போது ப்யூரோவும் ஹூவரும் அத்தனை பிரபலம் இல்லை. ஆகவே அவர்கள்மீது வைக்கப்பட்ட விமர்சனங்கள் பெரிய பாதிப்பு எதையும் ஏற்படுத்தவில்லை.

அதேசமயம் வருங்காலத்தில் எஃப்.பி.ஐ. எடுத்த / எடுக்கிற கடுமையான நடவடிக்கைகள் ஒவ்வொன்றின்போதும் ‘பால்மர் ரெய்ட்’களின் பின்விளைவுகள் அவர்களுக்கு ஞாபகத்தில் வரத் தவறுவதில்லை. வானளாவிய அதிகாரங்களைக் கொண்ட அரசாங்கத் துறையாக இருந்தாலும்கூட மக்கள் / மீடியாவுக்குப் பதில் சொல்லித்தான் தீரவேண்டும் என்கிற விழிப்புணர்வையும் கவனத்தையும் உண்டாக்கியவகையில் ‘பால்மர் ரெய்ட்’கள் அமெரிக்க சரித்திரத்தில் ஒரு முக்கியமான இடம் வகிக்கின்றன.

5. எண்ணெய்க்காக ...

1921 மே.

'பால்மர் ரெய்ட்' களேபரங்களெல்லாம் முடிந்து சில மாதங்கள் கழிந்திருந்தன. அமெரிக்காவின் அமைதியான ஒரு மூலையில் புதிய விபரீதம் ஒன்று முளைத்தது.

அந்தப் பெண்ணின் பெயர் அன்னா ப்ரௌன். வயது இருபத்தைந்து. அமெரிக்காவின் ஒக்லஹாமா மாகாணத்தில் வாழும் 'ஓஸாஜ்' எனும் பழங்குடியினத்தைச் சேர்ந்தவர். அவருக்கு எதிரிகள் என்று யாரும் கிடையாது. எல்லோருடனும் சகஜமாகக் கலந்து பழகக்கூடியவர்.

திடீரென்று ஒருநாள், இந்த அன்னா காணாமல் போய்விட்டார். அவருடைய நண்பர்கள் எவ்வளவோ தேடியும் அன்னாவைப்பற்றிய சிறு சுவடுகூடக் கிடைக்கவில்லை.

அந்த மே மாத இறுதியில் அன்னாவின் பிணம்மட்டும் கண்டுபிடிக்கப்பட்டது. அதுவும் மிக மோசமாகச் சிதைந்த நிலையில் இருந்தது.

ஓஸாஜ் பழங்குடியினர் திகைத்துப்போனார்கள். இந்தப் பெண்ணின் திடீர் மரணத்துக்கு என்ன காரணம்? ஏதாவது வியாதியாக இருக்குமோ? எங்கேயாவது தடுமாறி விழுந்துவிட்டாளோ?

ம்ஹூம். இல்லை. அன்னாவின் பின்மண்டையில் ஒரு துப்பாக்கிக் குண்டு துளைத்த தடம் இருந்தது. யாரோ அவரை மிக அருகில் நின்றபடி சுட்டுக் கொன்றிருக்கிறார்கள். யாராக இருக்கும்?

அதே நேரம் சார்லஸ் வொய்ட்ஹார்ன் என்ற இன்னோர் இளைஞருடைய பிணமும் கண்டறியப்பட்டது. இவரும் ஓஸாஜ் பழங்குடியினத்தைச் சேர்ந்தவர்தான். இவரையும் யாரோ துப்பாக்கியால் சுட்டுக் கொன்றிருந்தார்கள்.

அன்னாவையும் சார்லஸையும் கொன்றது யாராக இருக்கும் என்று உள்ளூர் போலிஸ் விசாரணை செய்தது. அவர்களுக்கு ஒரு சின்னத் தடயம்கூடச் சிக்கவில்லை. பெரிய கேள்விக்குறியாகப் போட்டுக் கேஸை மூடிவிட்டார்கள்.

இரண்டு மாதங்கள் கழித்து (ஜூலை 1921) அன்னாவின் தாய் மர்மமான முறையில் இறந்தார். அவர் பெயர் லிஸ்ஸி க்யூ கைல்.

லிஸ்ஸியை யாரோ விஷம் வைத்துக் கொன்றிருக்கிறார்கள் என்று போலிஸ் சந்தேகப்பட்டது. ஆனால் இந்தமுறையும் அவர்களுக்குப் போதுமான சாட்சியங்கள் கிடைக்கவில்லை. இந்த மூன்று மரணங்களுக்கு ஏதாவது தொடர்பு இருக்கிறதா, இல்லையா என்று புரியாமல் பேந்தப்பேந்த விழித்தார்கள்.

நல்லவேளையாக, அடுத்த ஒன்றரை வருடங்களுக்கு ஓஸாஜ் பழங்குடியினர் மத்தியில் குறிப்பிட்டுச் சொல்லும்படி எந்த அசம்பாவிதமும் இல்லை. உள்ளூர் மக்களும் காவல்துறையினரும் இந்த மரணங்களைப்பற்றிக் கொஞ்சம் கொஞ்சமாக மறக்கத் தொடங்கியிருந்தார்கள்.

1923 பிப்ரவரி மாதம், இன்னொரு துர்மரணம். அன்னா ப்ரௌனின் நெருங்கிய உறவினரான ஹென்றி ரோன் ஹார்ஸ் என்பவர் தமது காரிலேயே சுட்டுக் கொல்லப்பட்டார்.

தொடர்ந்து நான்கு மரணங்கள். அதில் மூன்று பேர் ஒரே குடும்பத்தைச் சேர்ந்தவர்கள். நிச்சயமாக இதில் ஏதோ சதி இருக்கவேண்டும் என்று ஓஸாஜ் பழங்குடியினர் நினைத்தார்கள்.

ஆனால் இந்தமுறையும் போலிஸுக்குக் குறிப்பிட்டுச் சொல்லும்படி எந்தத் தடயமும் கிடைக்கவில்லை. யார்மீது சந்தேகப்படலாம் என்று அவர்கள் யோசித்துக்கொண்டிருக்கும்போதே அடுத்த குண்டு வெடித்துவிட்டது.

இந்தமுறை துப்பாக்கிக் குண்டு அல்ல, வெடிகுண்டு!

அன்னா ப்ரௌனின் சகோதரி ரீடா ஸ்மித் வீட்டில்தான் அந்தக் குண்டு வீசப்பட்டது. கொடூரமான இந்த விபத்தில் அவர்களுடைய வீடு முழுவதுமாகச் சிதைந்துபோனது. ரீடா, அவரது கணவர் பில், அவர்கள் வீட்டுப் பணியாளர் ஒருவர் என மூன்று பேர் மரணமடைந்தார்கள்.

அவ்வளவுதான். ஓஸாஜ் பழங்குடியினருக்குப் போலிஸ்மீது நம்பிக்கை போய்விட்டது. அரசாங்கத்தை நேரடியாகத் தொடர்புகொண்டார்கள். 'மாதம் தவறாமல் தொடர்ச்சியாகக் கொலைகள் நடந்துகொண்டிருக்கின்றன. ஆனால் இந்த உள்ளூர்க் காவல்துறையால் எதுவும் செய்யமுடியவில்லை. நீங்கள்தான் தலையிட்டு இதற்குப் பின்னால் யாரெல்லாம் இருக்கிறார்கள் என்பதைக் கண்டறியவேண்டும்!' என்று விண்ணப்பம் கொடுத்தார்கள்.

பதினைந்து வருடங்களுக்குமுன்னால் தொடங்கப்பட்ட 'ப்யூரோ ஆஃப் இன்வெஸ்டிகேஷன்' அதுவரை நீதித்துறை சார்ந்த வழக்குகளில்மட்டுமே துப்பறிந்துவந்தது. தனிநபர் கொலை போன்ற விவகாரங்களில் அவர்கள் தலையிடவில்லை.

ஆனால் இந்தமுறை ஒரு வித்தியாசம், இந்த விவகாரத்தில்

பாதிக்கப்பட்டிருக்கும் எல்லோரும் பழங்குடியினர். அவர்களுடைய நலனைக் கெடுப்பவர்கள் யார், ஏன் என்பதைக் கண்டறிந்து தண்டிக்கவேண்டியது ஃபெடரல் அரசாங்கத்தின் கடமையாகிறது.

ஆகவே, அரசாங்கம் ப்யூரோவை அழைத்தது. இந்தத் தொடர் கொலைகளைத் துப்பறிந்து கண்டுபிடிக்கும் பொறுப்பை ஒப்படைத்தது.

உண்மையில், ப்யூரோ இந்த விவகாரத்தில் தலையிடுவதற்கு முன்பாகவே பல காவல்துறை அதிகாரிகளும், தனியார் துப்பறியும் நிபுணர்களும் உள்ளே புகுந்து கிளறிப் பார்த்திருந்தார்கள். ஆனால் இவர்கள் யாரும் இருந்த இடத்திலிருந்து அரை இஞ்ச்கூட முன்னேறமுடியவில்லை.

இதன் அர்த்தம் என்ன? ஒன்று, இந்தக் கொலைகள் அனைத்தும் எதேச்சையாக நிகழ்ந்த விஷயங்களாக இருக்கவேண்டும். அல்லது, இவற்றின் பின்னணியில் இருக்கிறவர் ஒரு மிகச் சக்தி வாய்ந்த கில்லாடியாக, கழுவுகிற மீனில் நழுவுகிற பேர்வழியாக இருக்கவேண்டும்!

இதை உறுதிப்படுத்துவதுபோல் பல விஷயங்கள் நடந்தன. துப்பறியும் நிபுணர்களின் விசாரணையைப் பலர் வேண்டுமென்றே தாமதப்படுத்தினார்கள். ஒன்றுக்கு இரண்டாக விவரங்களைச் சொல்லிக் குழப்பினார்கள். கேட்டால் 'எனக்கு ஒண்ணும் தெரியாதே' என்று கைவிரித்தார்கள்.

ப்யூரோவின் ஸ்பெஷல் ஏஜென்ட்களுக்கும் ஆரம்பத்தில் இதே பிரச்னைதான். அவர்கள் எவ்வளவுதான் முட்டி மோதினாலும் எந்தக் கதவும் திறக்கவில்லை. இந்தக் கொலைகளைப் பற்றிப் பேச ஆரம்பித்தாலே ஓஸாஜ் மக்கள் வாயில் பசை போட்டு ஒட்டிக்கொண்டார்கள். துப்புத் துலக்குவதற்கு ஒரு சின்ன நூலிழைகூடச் சிக்கவில்லை.

ஆகவே, ப்யூரோ நிபுணர்கள் ஓர் அறைக்குள் உட்கார்ந்து கதவைச் சாத்திக்கொண்டார்கள். 'ஏதோ ஒரு சிங்கிள்

காரணத்துக்காகத்தான் இந்தக் கொலைகள் எல்லாம் நிகழ்ந்திருக்கின்றன' என்கிற நம்பிக்கையின் அடிப்படையில் பலவிதமான கணக்குகளைப் போட்டுப் பார்க்க ஆரம்பித்தார்கள்.

இந்தக் கணக்குகளின் அடிப்படையில், சந்தேகம் முழுவதும் ஒரு நபர்மீது திரும்பியது. அவர் பெயர், மோலி கைல்.

யார் இந்த மோலி?

முதலில் சுட்டுக் கொல்லப்பட்ட அன்னா ப்ரௌன், பின்னர் வெடிகுண்டுக்குப் பலியான ரீடா ஸ்மித், இருவரின் சகோதரிதான் மோலி கைல். விஷம் வைத்துக் கொல்லப்பட்டதாகச் சந்தேகிக்கப்படும் லிஸ்ஸியின் இன்னொரு மகள்.

சொந்த அம்மாவை, சகோதரிகளைக் கொல்வதால் மோலிக்கு என்ன லாபம்?

ஒன்று, இரண்டு அல்ல, முழுசாக அரை மில்லியன் டாலருக்குமேல் லாபம். அதுவும் வருடாவருடம்!

பழங்குடியினத்தைச் சேர்ந்த அன்னாவும் ரீடாவும் லிஸ்ஸியும் அத்தனை பெரிய பணக்காரர்களா? எப்படி?

ஓஸாஜ் பழங்குடியினர் அமெரிக்காவின் வெவ்வேறு பகுதிகளில் வாழ்ந்துவந்தார்கள். மிசௌரி, கன்ஸாஸ், அர்கன்ஸாஸ் போன்ற மாகாணங்களில் இவர்கள் வசித்தாலும், பெரும்பாலானோர் ஒக்லஹாமாவில்தான் வாழ்ந்துவந்தார்கள்.

1897ம் வருடம், ஓஸாஜ் பழங்குடியினரின் வாழ்க்கையில் ஒரு முக்கியமான திருப்பம். ஒக்லஹாமாவில் இவர்கள் வாழ்கிற (அதாவது இவர்களுக்குச் சொந்தமான) பகுதிகளில் நிறைய எண்ணெய் வளம் இருப்பது கண்டறியப்பட்டது.

அமெரிக்கச் சட்டத்தின்படி ஒரு குறிப்பிட்ட பகுதியிலிருந்து எண்ணெய் அல்லது வேறு வளங்கள் தோண்டி எடுக்கப்பட்டால் அதன் விற்பனை லாபத்தில் ஒரு குறிப்பிட்ட சதவிகிதம் அந்த இடத்துக்குச் சொந்தமானவர்களுக்கு வழங்கப்படவேண்டும்.

இதனை ராயல்டி / உரிமத்தொகை என்று அழைப்பார்கள்.

சர்வதேசச் சந்தையில் எண்ணெய்க்கான தேவையும் அதிகம், அதன் விலையும் வருடாவருடம் உயர்ந்துகொண்டே போகிற சமாசாரம். ஆகவே, ஒக்லஹாமாவில் கண்டறியப்பட்டிருக்கும் எண்ணெய் வளம் காரணமாக அங்குள்ள ஓஸாஜ் பழங்குடியினருக்கு வருடாவருடம் பல மில்லியன் டாலர்கள் ராயல்டி குவியும் என்று எதிர்பார்க்கப்பட்டது.

அப்போது ஒக்லஹாமாவில் வாழ்ந்த ஓஸாஜ் இனத்தவரின் எண்ணிக்கை சில ஆயிரங்களைத் தாண்டவில்லை. அரசாங்கம் வழங்குகிற எண்ணெய் ராயல்டி இவர்கள் எல்லோருக்கும் சரிசமமாகப் பிரித்துத் தரப்பட்டது. அதுவும் ஒருமுறை, இரண்டுமுறை அல்ல, ஒவ்வொரு வருடமும். ஒருவரது வாழ்நாளுக்குப்பிறகும்கூட அவருடைய வாரிசுகள் அல்லது குடும்பத்தினருக்குத் தொடர்ந்து ராயல்டி கிடைத்துக்கொண்டிருக்கும். சுருக்கமாகச் சொன்னால், இந்த ராயல்டி தொகை ஒரு ‘பொன்முட்டையிடும் வாத்து’!

இதனால், திடுதிப்பென்று ஒக்லஹாமா ஓஸாஜ் பழங்குடியினர் கையில் ஏகப்பட்ட பணம் புரள ஆரம்பித்தது. நம் ஊர் சினிமா ஹீரோக்கள் ஒரே பாட்டில் பணக்காரர்களாவார்களே, கிட்டத்தட்ட அதேமாதிரியான ஒரு நிலைமை.

இப்போது, மறுபடி ஓஸாஜ் தொடர்மரணங்களுக்கு வருவோம். கொலை செய்யப்பட்ட அன்னா ப்ரௌன், அவரது சகோதரி ரீடா தாமஸ், இவர்களுடைய தாய் லிஸ்ஸி ஆகிய மூவருக்கும் ஒவ்வொரு பங்கு எண்ணெய் ராயல்டி கிடைத்துக்கொண்டிருந்தது. இல்லையா? அவர்கள் இப்படித் திடீரென்று மரணமடைவதால் யாருக்கு லாபம்? அவர்களுடைய ராயல்டிகள் யாருக்குச் செல்லும்?

லிஸ்ஸியின் மூன்று மகள்களில் இப்போது உயிரோடு இருக்கும் ஒரே ஒருவர், மோலி கைல்தான். அவருடைய தாய், இரண்டு சகோதரிகள் ஆகிய மூவருடைய பங்குகளும் ஒரே வாரிசாகிய

மோலியின் கைக்கு வரும். இதோடு அவருடைய சொந்தப் பங்கும் சேர்ந்துகொண்டால் அவர் கையில் ஏகப்பட்ட எண்ணெய் ராயல்டி புழங்கும். இல்லையா?

ஆகவே மோலிதான் ஆள் வைத்துத் தன்னுடைய குடும்பத்தினரைக் கொன்றிருக்கவேண்டும் என்று ப்யூரோ நினைத்தது. ஆனால் இதை நிரூபிப்பதற்குப் போதுமான சாட்சியங்கள் அவர்களிடம் இல்லை. இந்தக் கோணத்தில் கொஞ்சம் தீவிரமாக விசாரணையைத் தொடங்கினார்கள்.

இதற்காக அவர்கள் மோலியின் சொந்த வாழ்க்கையைக் கொஞ்சம் கிளறிப் பார்த்தார்கள். அப்போது ஒரு முக்கியமான தகவல் கிடைத்தது.

மோலியின் கணவர் பெயர் எர்னெஸ்ட் பர்கார்ட். இந்த எர்னெஸ்டின் நெருங்கிய உறவினர் ஒருவர் அதே ஏரியாவில் பெரிய பணக்காரராகக் கொடிகட்டிப் பறந்துகொண்டிருந்தார். அவர் பெயர் வில்லியம் ஹேல்.

ஒக்லஹாமா மக்கள் யாரும் வில்லியம் ஹேலைப் பெயர் சொல்லி அழைப்பதே கிடையாது. 'ஓஸாஜ் மலைகளின் ராஜா' என்று தமக்குத் தாமே பட்டப் பெயர் சூட்டிக்கொண்டிருந்தார் அவர்.

இத்தனைக்கும் இந்த வில்லியம் ஹேல் ஒக்லஹாமாவில் பிறந்து வளர்ந்தவர் இல்லை. டெக்ஸாஸைச் சேர்ந்த இவர் பிழைப்புத் தேடி இங்கே வந்தார். பல குறுக்கு வழிகளில் புகுந்து புறப்பட்டு நன்றாகப் பணம் சம்பாதித்துக்கொண்டார். அதன்பிறகு தன்னுடைய நெருங்கிய உறவினர்கள் சிலரையும் இங்கேயே வரவழைத்தார். தனக்கென்று ஒரு 'ஆமாஞ்சாமி'க் கூட்டத்தையும் சேர்த்துக்கொண்டு பெரிய தாதாவாக செட்டிலாகிவிட்டார்.

இதனால், அந்தக் காலகட்டத்தில் ஓஸாஜ் பழங்குடியினர் மத்தியில் வில்லியம் ஹேலுக்கு மிகப் பெரிய செல்வாக்கு இருந்தது. அவருடைய பணபலம் காரணமாக அரசாங்க அதிகாரிகள், காவல்துறையினரால்கூட அவரை ஒன்றும் செய்யமுடியவில்லை.

வில்லியம் ஹேல் ஒக்லஹாமாவில் செட்டிலானபிறகு அவரால் இங்கே வரவழைக்கப்பட்ட ஓர் உறவினர்தான் மோலியின் கணவர் எர்னெஸ்ட் பர்கார்ட். இவர் ஓர் அப்பாவி. வில்லியம் ஹேல் எதைச் சொன்னாலும் 'ஆமாம் சாமி' போடக்கூடிய பேர்வழி.

இதனால், மோலிமீதிருந்த சந்தேகப் பார்வையை வில்லியம் ஹேல்மீது திருப்பியது ப்யூரோ. அன்னா, மற்ற ஓஸாஜ் பழங்குடியினரின் மரணங்களுக்குப் பின்னால் வில்லியம் ஹேலின் தாதாக் கூட்டம்தான் இருக்கிறதோ என்று விசாரிக்கத் தொடங்கினார்கள். அவ்வளவுதான். அதுவரை பேசத் தயங்கிய ஓஸாஜ் மக்கள் இப்போது ப்யூரோவைப் பார்த்தாலே பதறி ஓடினார்கள். தப்பித்தவறிப் பேச ஆரம்பித்தவர்கள்கூட 'என்கிட்ட எதுவும் கேட்காதீங்க' என்பதோடு நிறுத்திக்கொண்டார்கள்.

அதுகூடப் பரவாயில்லை. சிலர் வேண்டுமென்றே ப்யூரோவுக்குக் கேனத்தனமான துப்புகளைக் கொடுத்தார்கள். அதை நம்பி விசாரணை செய்யப்போனால் நேரமும் பணமும் உழைப்பும் வீணாவதுதான் மிச்சம்.

அடுத்த பல வாரங்கள் ப்யூரோ எவ்வளவோ முட்டிப் பார்த்தது. பலன் இல்லை. 'ராஜா'வுக்கு எதிராக யாரும் வாயைத் திறக்கமாட்டார்கள் என்பது அவர்களுக்குப் புரிந்துவிட்டது.

இனிமேல் நேரடியாக மோதிப் பலன் இல்லை. வேறு ஏதாவது வழிகளில் முயற்சி செய்தால்தான் உண்டு. இதற்காக ப்யூரோவைச் சேர்ந்த நான்கு ஏஜென்ட்கள் மாறுவேஷம் போட்டுக்கொண்டார்கள். ஒருவர் இன்ஷூரன்ஸ் ஏஜென்டாக ஓஸாஜ்கள் மத்தியில் கலந்தார். இன்னொருவர் கால்நடை வியாபாரியானார். மூன்றாவது ஆள் எண்ணெய் வாங்கி விற்கும் பிஸினஸ் மேனாக அவதாரம் எடுத்தார். கடைசி ஆள் மருத்துவராக உருமாறினார்.

இதனால் ஆரம்பத்திலிருந்தே உள்ளூர்வாசிகளுக்கு இவர்கள்மேல் எந்தச் சந்தேகமும் எழவில்லை. நான்குபேரும்

தனித்தனியே புதுப்புது நட்புகள், பிஸினஸ் உறவுகளை ஏற்படுத்திக்கொண்டார்கள். கொஞ்சம் கொஞ்சமாக ஓஸாஜ்களின் நம்பிக்கையைப் பெற்றுவிட்டார்கள். அதன்பிறகுதான் அவர்கள் தங்களுடைய விசாரணைகளை ஆரம்பித்தார்கள். அதுவும் துப்பறிகிற தோரணையில் இல்லை. சும்மா டீக்கடையில் பேப்பர் படித்துக்கொண்டு ஊர் வம்பு பேசுகிற பாவனையில்.

இப்போது ஓஸாஜ்கள் வாய் திறந்தார்கள். ஆரம்பத்தில் சில வதந்திகள் வெளிவந்தன. அவற்றையே மையமாக வைத்துக்கொண்டு நூல் பிடித்துப் பின்னால் போனபோது வசமாக ஒரு மீன் மாட்டிவிட்டது. முதன்முறையாக ப்யூரோவிடம் 'உண்மை'யைப் பேசிய இந்த ஆள் வில்லியம் ஹேலின் நெருங்கிய சொந்தக்காரர்களில் ஒருவன். அவருடைய தாதாக் கூட்டத்திலும் முக்கியமான பேர்வழி. நடந்த கொலைகளில் அவனுக்கும் பங்கு உண்டு.

இதனால், அன்னா தொடங்கி வரிசையாக நடந்த கொலைகள் ஒவ்வொன்றும் எப்படி நடந்தன, ஏன் நடந்தன என்பதுபற்றி ஓரளவு துல்லியமான தகவல்கள் ப்யூரோவுக்குக் கிடைத்துவிட்டன. அதன்பிறகு இவற்றின் அடிப்படையில் கூடுதல் ஆதாரங்களைத் திரட்டுவது பெரிய சிரமமாக இருக்கவில்லை.

ப்யூரோ ஏஜென்ட்கள் மாறுவேஷம் போட்டுக்கொண்டு பல மாதங்கள் பொறுமையாகக் காத்திருந்ததற்கு மிகப் பிரமாதமான வெற்றி. நடந்த கொலைகள் அனைத்துக்கும் வில்லியம் ஹேல்தான் காரணம் என்று அவர்கள் சந்தேகத்துக்கு இடமின்றி நிரூபித்து அவரைக் கைது செய்தபோது ஓஸாஜ் மக்கள் நம்பமுடியாமல் பார்த்தார்கள்.

வில்லியம் ஹேல் பொறுக்கி என்பது எல்லோருக்கும் தெரியும். ஆனால் அதற்காக ஒரு குடும்பத்தையே கொலை செய்கிற அளவுக்குப் போவாரா? உண்மை அதுதான். வில்லியம் ஹேல் மிகக் கவனமாகத் திட்டமிட்டு இந்தக் கொலைகளைச்

செய்திருந்தார். அதன்மூலம் அவருக்கு வருடம் அரை மில்லியன் டாலர்களுக்குமேல் லாபம் வருகிற சாத்தியங்கள் இருந்தன.

வில்லியம் ஹேல் ஒக்லஹாமாவில் குடியேறியபோதே அவருக்குப் பணப் பித்துப் பிடித்துவிட்டது. ஓஸாஜ்களிடம் இருக்கும் எண்ணெய் ராயல்டியைத் தன்பக்கம் வளைப்பது எப்படி என்று தீவிரமாக யோசிக்க ஆரம்பித்தார்.

ஒரே பிரச்னை, வில்லியம் ஹேல் ஓஸாஜ் இனத்தைச் சேர்ந்தவர் அல்ல. யாரும் வலிய வந்து அவருக்குத் தங்களுடைய எண்ணெய் ராயல்டியைத் தரப்போவதில்லை. இதனால் தன்னுடைய குடும்பத்தைச் சேர்ந்த ஒருவரை ஓஸாஜ் இனத்துக்குள் நுழைக்கவேண்டும் என்று வில்லியம் ஹேல் தீர்மானித்துக்கொண்டார். இதற்காக அவர் எர்னெஸ்ட் பர்கார்டைத் தேர்ந்தெடுத்தார். ஓஸாஜ் பழங்குடியினப் பெண்ணாகிய மோலியை அவருக்கு மணமுடித்து வைத்தார்.

மோலிக்கு ஒரு பங்கு எண்ணெய் ராயல்டி உண்டு. இப்போது மோலியைக் கொன்றுவிட்டால் அது அவருடைய கணவர் எர்னெஸ்டுக்கு வரும். எர்னெஸ்ட் வெறும் ரப்பர் ஸ்டாம்ப் என்பதால் அதன் முழுப் பலன்களையும் வில்லியம் ஹேல் அனுபவிக்கலாம். ஆனால் இது வில்லியம் ஹேலுக்குப் போதவில்லை. மோலியை உடனே கொல்லக்கூடாது என்று தீர்மானித்தார். அவருடைய தாய், இரண்டு சகோதரிகள், நெருங்கிய உறவினர்கள் சிலரைத் திட்டமிட்டுத் தீர்த்துக் கட்டினார்.

நமக்குத் தெரிந்தது இந்த நான்கைந்து மரணங்கள்தான். இதே காலகட்டத்தில் எண்ணெய் ராயல்டிக்காகவும் இன்ஷூரன்ஸ் பணத்துக்காகவும் தனக்கு எதிராகச் சாட்சி சொல்லப் பார்த்தார்கள் என்பதற்காகவும் இன்னும் பல ஓஸாஜ் பழங்குடியினரைக் கொலை செய்திருக்கிறார் வில்லியம் ஹேல். இப்படி அவரால் கொல்லப்பட்டவர்களின் எண்ணிக்கை இரண்டு டஜனைத் தாண்டும்.

இந்தக் கொலைகளால், மோலியிடம் ஏகப்பட்ட எண்ணெய் ராயல்டிகள் குவிந்துவிட்டன. கடைசியாக அவருக்கும் முற்றுப்புள்ளி வைத்துவிடத் தீர்மானித்தார் வில்லியம் ஹேல்.

ப்யூரோ ஏஜென்ட்கள் வில்லியம் ஹேலைச் சுற்றி வளைத்தபோது அவர் மோலிக்கு விஷம் வைக்க ஆரம்பித்திருந்தார். கொஞ்சம் தாமதித்திருந்தாலும் அவருடைய கதை முடிந்திருக்கும். நல்லவேளையாக வில்லியம் ஹேலின் சதி வெளிச்சத்துக்கு வந்தவுடன் மோலி இடம் மாற்றப்பட்டார். அதன்பிறகு அவருடைய உடல்நலம் நன்கு தேறிவிட்டது. அவர் உயிர் பிழைத்துவிட்டார்.

அதேநேரம் நீதிமன்றத்தில் வில்லியம் ஹேலுக்கு எதிரான வழக்குகள் நீண்டுகொண்டே சென்றன. பணம் பாதாளம்வரை பாய்ந்தது. பல சாட்சிகள் திடுதிப்பென்று பால் மாறினார்கள். ஆதாரங்கள் அழிக்கப்பட்டன. ஏதாவது தந்திரம் செய்து மொத்தக் கூட்டமும் வெளியே வந்துவிடுமோ என்று பலருக்குக் கவலை.

பதற்றமான இந்த வேளையிலும் ஓஸாஜ் மக்கள் மிகுந்த நிதானத்துடன் செயல்பட்டார்கள். தப்பு செய்தவர்கள் தண்டிக்கப்படவேண்டும் என்பதற்காக அவர்களே தங்களுக்குள் காசு திரட்டி வழக்கைத் தொடர்ந்து நடத்தினார்கள். தங்களுக்குள் யாரும் பணத்துக்காகக் கட்சி மாறிவிடாதபடி பார்த்துக்கொண்டார்கள்.

ப்யூரோவும் இந்த வழக்கில் கூடுதல் அக்கறையோடு இயங்கியது. வில்லியம் ஹேல்மீதான ஒவ்வொரு குற்றத்தையும் சந்தேகத்துக்கு இடமின்றி நிரூபிக்கவேண்டும் என்கிற அக்கறையோடு அவர்கள் திரட்டியிருந்த விவரங்கள் பல ஆயிரம் பக்கங்களுக்கு நீண்டன. இப்போது மக்கள் பார்வைக்கு இலவசமாகக் கிடைக்கும் அந்த ஆவணங்களைப் பார்க்கும்போது ப்யூரோவின் அதீத உழைப்பை நினைத்து வியக்கமட்டுமே முடிகிறது.

அன்னா ப்ரௌன் மரணமடைந்து எட்டு வருடங்கள் கழித்து,

வில்லியம் ஹேலின் குற்றங்கள் நிரூபிக்கப்பட்டன. அவருக்கு ஆயுள் தண்டனை வழங்கப்பட்டது. அவருடைய கூட்டத்தைச் சேர்ந்த சிலரும் பல வருடங்கள் உள்ளே தள்ளப்பட்டார்கள்.

ஓஸாஜ் பழங்குடியினர் தொடர்கொலை வழக்குக்கு முன்னால் ப்யூரோ எத்தனையோ வழக்குகளில் துப்பறிந்திருக்கிறது. குற்றவாளிகளைச் சட்டத்தின்முன் நிறுத்தித் தண்டனை வாங்கிக் கொடுத்திருக்கிறது. ஆனால் அப்போதெல்லாம் கிடைக்காத ஒரு புகழும் மீடியா வெளிச்சமும் இப்போது அவர்களுக்குக் கிடைத்தது. 'பால்மர் ரெய்ட்'களால் ஏற்பட்ட காயத்துக்கு ஒரு சின்ன மருந்து.

இந்த விசாரணையும் வழக்கும் நடந்துகொண்டிருந்த நேரத்தில் அமெரிக்காமுழுவதும் க்ரிமினல் குற்றங்களின் எண்ணிக்கையும் தீவிரமும் படிப்படியாக அதிகரித்துக்கொண்டிருந்தது. பல நகரங்கள் கேங்ஸ்டார்களின் ஆதிக்கத்தில் சிக்கித் திணறின. யாருடைய உயிருக்கும் உடைமைக்கும் பாதுகாப்பில்லாத நிலைமை.

ஆனால் ப்யூரோவால் இந்த விவகாரங்களில் நேரடியாகத் தலையிடமுடியவில்லை. ஏனெனில் அமெரிக்கச் சட்டப்படி இதுமாதிரி க்ரைம் மேட்டர்களைக் கவனிப்பது அவர்களுடைய வேலை இல்லை. 'ஃபெடரல் விதிமுறைமீறல்'கள் எனப்படும் மாநிலம் தாண்டிய குற்றங்களைமட்டுமே அவர்கள் விசாரிக்கலாம்.

தவிர பெரும்பாலான கேங்ஸ்டார்கள் அதிநவீன ஆயுதங்களோடு ராஜ்ஜியம் நடத்திக்கொண்டிருந்தார்கள். அவர்களுக்கு எதிரே ஒரு துப்பாக்கிகூட இல்லாத ப்யூரோ ஏஜென்ட்கள் போய் நின்றால் அரை விநாடியில் கதையை முடித்துவிடுவார்கள்.

இப்போது ப்யூரோ என்ன செய்யப்போகிறது? நடப்பதையெல்லாம் பார்த்துக்கொண்டு சும்மா நிற்பார்களா? அல்லது வில்லியம் ஹேல் விவகாரத்தில் செய்ததுபோல் ஏதாவது 'வேறு வழி'களைத் தேடுவார்களா?

6. ஹூவர் ராஜ்ஜியம்

இருபதுகளின் மத்தியில் அமெரிக்காவில் கடுமையான தண்ணிப் பஞ்சம்.

சென்ற பேராவை இன்னொருமுறை கவனமாகப் படித்து விடுங்கள். தண்ணீர்ப் பஞ்சம் அல்ல. 'தண்ணி'ப் பஞ்சம்!

இந்தக் காலகட்டத்தில் அரசாங்கம் கடுமையான மதுவிலக்கை அமல்படுத்தியிருந்தது. உள்ளூரில் யாரும் சாராயம் காய்ச்சக்கூடாது. வெளிநாட்டிலிருந்தும் இறக்குமதி செய்யக்கூடாது. மதுக்கடைகள் கூடாது. பார் கூடாது. வீட்டில் புட்டிகளைப் பதுக்கிவைத்து அருந்தக்கூட அனுமதி இல்லை.

அமெரிக்கக் குடிமகன்கள் வெறுத்துப்போனார்கள். 'மருந்து' இல்லாமல் அவர்களுடைய கை, காலெல்லாம் நடுங்க ஆரம்பித்துவிட்டது. யாராவது எப்படியாவது கொஞ்சம் சரக்குக்கு ஏற்பாடு செய்தால் நன்றாக இருக்குமே என்று புலம்பித் தவித்தார்கள்.

இதைப் பார்த்துப் பரிதாபப்பட்ட சில ஜீவன்கள் சட்டவிரோதமாக அமெரிக்காவுக்குள் மதுவை இறக்குமதி செய்ய ஆரம்பித்தார்கள். போலிஸ் கண்ணில் படாமல்

அக்கம்பக்கத்து ஊர்களுக்கெல்லாம் ஜோராக விநியோகம் நடந்தது.

அரசாங்கச் சரக்குக்கு வழி இல்லை என்பதால் அமெரிக்கக் குடிமகன்கள் இந்தத் திருட்டுச் சரக்குக்குப் பணத்தை அள்ளித் தரத் தயாராக இருந்தார்கள். ஒன்றுக்கு இரண்டு மடங்காக விலை வைத்து ப்ளாக் மார்க்கெட்டில் ஆல்கஹால் பெருக்கெடுத்து ஓடியது.

இதனால் திருட்டுச் சாராயம் கடத்துகிறவர்கள், விற்கிறவர்கள் கையிலெல்லாம் ஏகப்பட்ட சில்லறை புழங்க ஆரம்பித்தது. கொஞ்ச நாள் முன்புவரை அஞ்சுக்கும் பத்துக்கும் பிக்பாக்கெட் அடித்துப் பிழைத்துக்கொண்டிருந்த பேர்வழிகளெல்லாம் மிக விரைவில் பெரும்பணக்காரர்களாகிவிட்டார்கள்.

அதேநேரம் அவர்களுடைய சமூக(?) அந்தஸ்தும் உயர்ந்தது. ஒவ்வோர் ஏரியாவிலும் சில குறிப்பிட்ட 'தாதா'க்கள் தங்களுக்கென்று ஒரு கும்பல் அமைத்துக்கொண்டு எல்லை பிரித்து செட்டிலாகிவிட்டார்கள். அவர்களுடைய பண பலத்துக்கு முன்னால் பொதுமக்கள், அரசாங்கம், காவல்துறை யாராலும் எதுவும் செய்யமுடியவில்லை.

அமெரிக்க தாதாக்கள் தங்களுடைய பெருஞ்செல்வத்தை மிகக் கவனமாக முதலீடு செய்தார்கள். ஏகப்பட்ட அடிபொடிகள், யாரும் சுலபத்தில் உள்ளே புகுந்துவிடாதபடி கோட்டைமாதிரிக் குடியிருப்புகள், லேட்டஸ்ட் மாடல் வாகனங்கள், ஆயுதங்கள் என்று காசைக் கொட்டித் தங்களுடைய அதிகாரத்தை உறுதிப்படுத்திக்கொண்டார்கள்.

காசைக் கொட்டிக் கார் வாங்கியாச்சு. துப்பாக்கியெல்லாம் வாங்கியாச்சு. அப்புறம் இத்தனையையும் சும்மாப் போட்டுவைக்கமுடியுமா? இந்தத் தாதாக்களின் பிரதிநிதிகள் அக்கம்பக்கத்தில் உள்ள வங்கிகள், பெரும் பணக்காரர்களின் வீடுகள், அலுவலகங்கள் மற்றும் தொழிற்சாலைகளுக்குள் புகுந்தார்கள். இருப்பதைக் கொள்ளையடித்துக்கொண்டு பறந்தார்கள்.

இதேபோல் கட்டப் பஞ்சாயத்துகள், ஆள் வைத்து இன்னொருவரைத் தீர்த்துக்கட்டுவது, தங்களுக்கு எதிராகச் செயல்படுகிறவர்கள் அல்லது சாட்சி சொல்கிறவர்களைக் கொலை செய்வது என்று இன்னும் பல தீவிரமான குற்றங்களும் முளைத்தன. ஒவ்வொரு வருடமும் பல ஆயிரம் அமெரிக்கர்கள் இந்த கேங்ஸ்டார்களின் தாக்குதல்களுக்குப் பலியானார்கள்.

அமெரிக்க போலிஸ் திகைத்துப்போனது. தாதாக்களிடம் இருப்பதுபோன்ற அதிவேக வாகனங்களோ நவீன ஆயுதங்களோ அவர்களிடம் இல்லை. அவர்களைத் துரத்திப் போனால் இவர்களுக்குதான் ஆபத்து. ஒருவேளை போலிஸ் அவர்களைத் துரத்திப் பிடித்துவிட்டாலும் கூட கோர்ட்டில் கேஸ் நிற்காது. துப்பாக்கி ஏந்திய தாதாக்களுக்கு எதிராகச் சாட்சி சொல்வதற்கு யாரும் முன்வரமாட்டார்கள்.

அதுமட்டுமில்லை. உள்ளூர் போலிஸின் அதிகார எல்லை ஒரு குறிப்பிட்ட இடத்தில் முடிந்துவிடுகிறதில்லையா? கொள்ளையடிக்கிறவர்கள், கொலை செய்கிறவர்கள் நிமிஷத்தில் அந்த எல்லையைத் தாண்டி அடுத்த ஊருக்குப் பறந்துவிடுவார்கள். அதன்பிறகு இந்த ஊர் போலிஸால் எதுவும் செய்யமுடியாது.

இதனால் அமெரிக்க அரசாங்கத்துக்குக் கடுமையான நெருக்கடி. நாடுமுழுவதும் பெருகிவருகிற குற்றங்களால் அப்பாவி மக்களுக்குப் பாதுகாப்பு இல்லாத நிலைமை. இதை மாற்றவேண்டுமென்றால் கட்டுப்பாடு இல்லாமல் வளர்ந்துகொண்டிருக்கும் கேங்ஸ்டார்களை முடக்கவேண்டும். அதற்குத் தேசம்முழுவதும் அதிகார எல்லை கொண்ட ஒரு வலுவான அமைப்பு தேவை.

என்ன செய்யலாம்? ப்யூரோவைக் கூப்பிடலாமா?

ம்ஹூம். அவர்களுக்குத் துப்பாக்கிச் சண்டையெல்லாம் பரிச்சயமில்லை. யாரையாவது கண்காணிக்கவேண்டும் என்றால் செய்வார்கள். ஆவணங்களைத் தோண்டி எடுப்பார்கள்.

சாட்சிகளை விசாரித்து வாக்குமூலம் வாங்குவார்கள். மிஞ்சிப்போனால் மாறுவேஷம் போட்டுக்கொண்டு துப்பறிவார்கள். மற்றபடி களத்தில் இறங்கிப் போராடும் டிஷ்யூம் டிஷ்யூம் வேலைகளெல்லாம் அவர்களுக்குச் சரிப்படாது.

தவிர ப்யூரோ அப்போது ஒரு மிகப் பெரிய சங்கடத்தில் மாட்டிக்கொண்டிருந்தது. முந்தைய சில வருடங்களில் கணக்குவழக்கில்லாமல் எல்லோரையும் துப்பறியும் நிபுணர்களாக உள்ளே வளைத்துப் போட்டதில் அவர்களுடைய ஊழியர் எண்ணிக்கை எக்குத்தப்பாக வீங்கியிருந்தது. செயல்திறன் குறைந்து பாதாளத்துக்குப் பாய்ந்திருந்தது.

இந்தக் காலகட்டத்தில் பல ப்யூரோ ஏஜென்ட்களிடம் அவர்களுடைய வேலைக்கு ஏற்ற திறமைகளோ தகுதிகளோ சுத்தமாக இல்லை. ஏதோ சிபாரிசில் வேலை வாங்கியிருப்பார்கள். அல்லது முதல் உலகப் போர் நேரத்தில் அவசரகதியில் ஆள்களை அள்ளிப் போட்டபோது தொற்றிக்கொண்டு உள்ளே வந்திருப்பார்கள். அதன்பிறகு அப்படியே செட்டிலாகி ஒரு வேலையையும் ஒழுங்காகச் செய்யாமல் பெஞ்சைத் தேய்த்துக்கொண்டிருப்பார்கள்.

அதே ப்யூரோவில் இன்னொருபக்கம் திறமையான பல இளம் ஊழியர்களும் இருந்தார்கள். ஆனால் அவர்களுக்குத் தாங்கள் எதைச் செய்யவேண்டும், எப்படிச் செய்யவேண்டும் என்பது சரிவரப் புரியவில்லை. முறையான பயிற்சியும் இல்லை. இந்த வேலையின் நெளிவுசுளிவுகளைச் சொல்லித்தந்து வழிநடத்துவதற்கு ஆள்களும் இல்லை.

அப்போதும் இந்த இளைஞர்கள் சளைக்கவில்லை. தாங்களாகக் கற்றுக்கொண்ட விஷயங்களை வைத்துக் கையை ஊன்றிக் கரணம் போட முயற்சி செய்தார்கள். இவர்களுடைய கடும் உழைப்பு, சூட்சும புத்தி, தங்களைத் தாங்களே உற்சாகப்படுத்திக்கொள்கிற தன்மை காரணமாகப் பல சிக்கலான வழக்குகள்கூட மிகச் சுலபமாகத் தீர்த்துவைக்கப்பட்டன. ஆனால் இத்தனைக்குப் பிறகும் டிபார்ட்மென்டில் ஒரு பிரமோஷன் என்றால் அது

சீனியாரிட்டி அடிப்படையில் வயதான ஓர் ஏஜென்டுக்குதான் வழங்கப்படும். இளைஞர்களுக்கெல்லாம் சீனி மிட்டாய் கொடுத்து மூலையில் உட்காரவைத்துவிடுவார்கள். ‘பொறுமையா இரு. உனக்கும் காலம் வரும். அப்போ பிரமோஷன், சம்பள உயர்வு எல்லாத்தையும் அனுபவிக்கலாம்!’

ப்யூரோவின் இளம் ஏஜென்ட்கள் இந்த அநீதியை நினைத்துப் பொருமினார்கள். ‘கஷ்டப்பட்டு வேலை பார்க்கறது நான். ஆனா ஒரு துரும்பையும் நகர்த்திப் போடாம பெஞ்சு தேய்க்கிற அந்தாளுக்குப் பிரமோஷனா?’ என்று அவர்கள் புலம்பத் தொடங்கினார்கள். ப்யூரோவின் வால் இன்னும் கொஞ்சம் தேய்ந்தது. இதையெல்லாம்விடப் பெரிய பிரச்னை: ஊழல் பேர்வழிகள்! இப்போது நான் ஒரு ‘ப்யூரோ’ ஏஜென்ட். மிஸ்டர் எக்ஸ் என்பவர் செய்த குற்றங்களைப்பற்றி விசாரணை நடத்துகிறேன்.

உண்மையாகவே நான் திறமைசாலியாக இருந்தால் விஷயத்தை நன்றாகத் துப்புத்துலக்கி ஆதாரங்களைத் திரட்டி மேலிடத்தில் கொடுப்பேன். ஒருவேளை எனக்கு அந்தத் திறமை இல்லாவிட்டால்? அல்லது திறமை இருந்தும் வேலை செய்யச் சோம்பேறித்தனமாகிவிட்டால்?

பிரச்னையே இல்லை. ஒரு ப்யூரோ ஏஜென்ட் எங்கே சென்றார், யாரை விசாரித்தார், என்னென்ன தகவல்களைத் திரட்டினார் என்பதெல்லாம் வேறு யாருக்கும் தெரியாத ரகசியங்கள். உட்கார்ந்த இடத்திலிருந்து ‘நான் பரமக்குடிக்குப் போனேன், பழனிச்சாமியைப் பார்த்தேன், பால் பாயசம் சாப்பிட்டேன்’ என்று கைக்கு வந்ததை ரிப்போர்ட்டாக எழுதினால் ஆச்சு. நிஜமாகவே நான் பரமக்குடிக்குப் போனேனா இல்லையா என்று யாரால் கண்டுபிடிக்கமுடியும்?

இதில் எனக்கு இரட்டை லாபங்கள். வாங்கிய சம்பளத்துக்கு வேலை செய்யாமல் குப்புறப் படுத்துத் தூங்கலாம். பரமக்குடி போய் வந்ததாக ரிப்போர்ட் கொடுத்து அதற்கான பஸ் செலவு, சாப்பாட்டுச் செலவு என எல்லாவற்றையும் கறந்துவிடலாம்.

இப்படிப் போலி ரிப்போர்ட் தயாரிக்கிறவர்கள்கூடக் கொஞ்சம் பரவாயில்லை. அன்றைய ப்யூரோவில் இதைவிட மோசமான க்ரிமினல் பேர்வழிகளும் இருந்தார்கள்.

இவர்கள் தங்களுக்குத் தரப்பட்ட கடமையை ஒழுங்காகச் செய்வார்கள். அதாவது மிஸ்டர் எக்ஸ் செய்த குற்றங்களைப்பற்றி முறைப்படி விசாரணை நடத்துவார்கள். அவர் தப்பு செய்திருக்கிறார் என்பதை நிரூபிப்பதற்குப் பல முக்கியமான ஆதாரங்களைத் திரட்டிவிடுவார்கள்.

உடனே அவர்கள் என்ன செய்யவேண்டும்? அவர்களுடைய மேலதிகாரியைச் சந்தித்து ஆதாரங்களைச் சமர்ப்பிக்கவேண்டும். அதன் அடிப்படையில் மிஸ்டர் எக்ஸ்மீது நடவடிக்கை எடுக்கவேண்டும்.

அதற்குப் பதிலாக அவர்கள் நேராக மிஸ்டர் எக்ஸைச் சந்திக்கச் செல்வார்கள். 'இந்த ஆதாரமெல்லாம் உனக்கு வேணும்ன்னா எனக்கு இத்தனை லட்ச ரூபாய் கொடுக்கணும்' என்று பேரம் பேசுவார்கள். அவர்களிடம் பணத்தைக் கறந்துவிட்டு ப்யூரோவுக்குத் தப்பான ரிப்போர்ட் கொடுத்துவிடுவார்கள்.

இந்த ஊழல் சமாசாரங்களெல்லாம் ப்யூரோ அதிகாரிகளுக்கு அரசல்புரசலாகத் தெரிந்துதான் இருந்தது. ஆனால் எதுவும் முறைப்படி நிரூபிக்கப்படவில்லை என்பதால் அவர்களால் ஒன்றும் செய்யமுடியவில்லை.

தவிர ஆரம்ப காலத்தோடு ஒப்பிடுகையில் ப்யூரோ இப்போது மிகப் பெரிதாக வளர்ந்துவிட்டது. நூற்றுக்கணக்கான ஏஜென்ட்கள் எங்கே போகிறார்கள், என்ன செய்கிறார்கள் என்று ஒவ்வொரு விநாடியும் கண்காணித்துக்கொண்டிருப்பது சாத்தியம் இல்லை.

என்ன செய்யலாம்? ப்யூரோவைத் தண்ணீர் தெளித்து விட்டுவிடலாமா? அப்போது அமெரிக்காவில் ஓர் ஆட்சி மாற்றம் நிகழ்ந்திருக்காவிட்டால் அதுதான் நடந்திருக்கும். அலட்சியமும் ஊழலும் மந்தத்தன்மையும் கலந்த ப்யூரோ

பின்னுக்குத் தள்ளப்பட்டுக் காணாமல் போயிருக்கும். இப்போது நீங்கள் இந்தப் புத்தகத்தை வாசித்துக்கொண்டிருக்கமாட்டீர்கள்.

1923ம் வருடம் அமெரிக்க அதிபர் வாரன் ஹார்டிங் மாரடைப்பால் இறந்தார். அப்போது துணை அதிபராக இருந்த கால்வின் கூலிட்ஜ் புதிய அதிபராகப் பொறுப்பேற்றுக்கொண்டார். இந்த கூலிட்ஜ் ஆட்சிக்கு வந்ததும் துடைப்பத்தைக் கையில் எடுத்துக்கொண்டார். அமெரிக்க அரசாங்கத்தில் எங்கெல்லாம் குப்பை கிடக்கிறது, தூசு படிந்திருக்கிறது, ஒட்டடை மண்டியிருக்கிறது என்று கவனித்துச் சரிசெய்ய ஆரம்பித்தார்.

கூலிட்ஜ் ஆட்சியின்கீழ் ஹார்லன் ஃபிஸ்கெ ஸ்டோன் என்பவர் அட்டர்னி ஜெனரலாக நியமிக்கப்பட்டார். இவர்தான் 'ப்யூரோ'வின் அவலட்சணமான நிலைமையைப் பார்த்துவிட்டு 'ஏதாவது செஞ்சாகணும்' என்று களத்தில் குதித்தார். இதற்காக ஹார்லன் ஸ்டோன் தேர்ந்தெடுத்தது, எட்கர் ஹூவர்.

இந்த எட்கர் ஹூவரை நாம் ஏற்கெனவே சந்தித்திருக்கிறோம். 'பால்மர் ரெய்ட்' ஞாபகம் இருக்கிறதா? அவரேதான். பால்மர் ரெய்ட் விவகாரம் நாடுமுழுவதும் பரபரப்பாகப் பேசப்பட்டபோதும் எட்கர் ஹூவர் அதனால் நேரடியாகப் பாதிக்கப்படவில்லை. காரணம் இந்த விஷயத்தில் அவர் தன்னிச்சையாகச் செயல்படவில்லை என்பது எல்லோருக்கும் தெரிந்திருந்தது. அவர் தன்னுடைய மேலதிகாரி சொன்னதைக் கேட்டு நடந்திருக்கிறார். ஒருவேளை ஹூவர் இந்த ரெய்ட்களைச் செய்ய மறுத்திருந்தாலும்கூட, பால்மர் அவற்றைக் கைவிட்டிருக்கமாட்டார். அது நிச்சயமாக வேறோர் அதிகாரியிடம் ஒப்படைக்கப்பட்டிருக்கும்!

1919ல் ப்யூரோவின் உளவுப் பிரிவுத் தலைவராகப் பொறுப்பேற்றுக்கொண்ட எட்கர் ஹூவர் அதன்பிறகு படிப்படியாக முன்னேறி 1921ல் ஒட்டுமொத்த ப்யூரோவுக்கும் துணைத் தலைவரானார். 1924ல் அதன் ஆறாவது இயக்குனராக நியமிக்கப்பட்டார்.

அப்போது கூலிட்ஜ் நிர்வாகம் ஹூவரிடம் கேட்டுக் கொண்டதெல்லாம் ஒரே ஒரு விஷயம்தான். 'மற்ற டிபார்ட்மென்ட்களைப்போலவே இங்கேயும் அழுக்கு ஏராளமா நிரம்பிக் கிடக்கு. மக்கள் ப்யூரோமேல நம்பிக்கை இழக்கறதுக்குள்ள எல்லாத்தையும் தூசு தட்டிச் சரிபண்ணுங்க.'

உற்சாகமாகத் தலையசைத்தார் ஹூவர். அதுவும் சாதாரண உற்சாகம் அல்ல, அடுத்த அரை நூற்றாண்டு காலம் ப்யூரோவையும் அவரையும் பிரித்துப் பார்க்கவே முடியாது என்கிற அளவுக்கு ஒன்றிவிட்டார்!

இன்றைக்கு எஃப்.பி.ஐ.யின் தலைமையகம் இருக்கிற கட்டடத்துக்கு எட்கர் ஹூவரின் பெயரைத்தான் சூட்டியிருக்கிறார்கள். காரணம் அவர்களுடைய நூற்று இரண்டு வருடச் சரித்திரத்தில் கிட்டத்தட்ட சரிபாதி எட்கரின் ராஜ்ஜியம்தான்.

ப்யூரோவின் தலைமைப் பொறுப்பை எட்கர் ஹூவர் ஏற்றுக்கொண்டபோது அவர்கள் பத்தோடு பதினொன்றாக மங்கி மறையக்கூடிய நிலைமையில்தான் இருந்தார்கள். மக்கராகித் திணறிக்கொண்டிருந்த அந்தக் காரை ரிப்பேர் பார்த்து ஒழுங்கு பண்ணிப் பராமரித்துச் சரியாக ஓடச் செய்த பெருமை முழுவதும் ஹூவருடையது.

குறிப்பாக, எட்கர் ஹூவர் ப்யூரோவின் இயக்குனராகப் பொறுப்பேற்றபிறகு வந்த முதல் பத்து வருடங்கள் மிக முக்கியமானவை. இந்தக் காலகட்டத்தில்தான் ப்யூரோ ஆஃப் இன்வெஸ்டிகேஷன் தனது அலட்சியப்போக்கைக் களைந்து சரியான நெறிமுறைகளோடு இயங்கத் தொடங்கியது.

டைரக்டர் ஹூவர் முதல் வேலையாக ப்யூரோவின் உயர்நிலை அதிகாரிகள் எல்லோரையும் அழைத்தார். 'இனிமே இங்கே பெஞ்ச் தேய்க்கறவங்களுக்கு இடம் இல்லை. திறமைக்குமட்டுமே மரியாதை' என்றார். 'இதை நீங்கமட்டும் தெரிஞ்சுகிட்டாப் போதாது. உங்களோட ஊழியர்களுக்குத் தெளிவா எடுத்துச் சொல்லுங்க. ஏஜென்ட்கள், சப்போர்ட் ஸ்டாஃப்ன்னு எல்லோருக்கும் இது பொருந்தும். இந்த விஷயத்தில நான்

இரக்கமே பார்க்கமாட்டேன். திறமை இல்லாட்டி வெளியே போகவேண்டியதுதான். புரிஞ்சதா?’

ஹூவர் சொல்வதன் அர்த்தம் எல்லோருக்கும் தெளிவாகப் புரிந்தது. கத்தி விழப்போகிறது!

எட்கர் ஹூவர் ப்யூரோவின் இயக்குனராகப் பொறுப்பேற்றுக்கொண்டபோது (1924) அங்கே சுமார் 650 ஊழியர்கள் இருந்தார்கள். இதில் 441 பேர் ஸ்பெஷல் ஏஜென்ட்கள். அதாவது துப்பறியும் நிபுணர்கள். அடுத்த ஐந்து ஆண்டுகளில் ப்யூரோவின் ஊழியர் எண்ணிக்கையை அறுநூறுக்கும் குறைவாக மெலியவைத்திருந்தார் ஹூவர். இதில் சுமார் 340 பேர்மட்டும் ஸ்பெஷல் ஏஜென்ட்கள்.

மேலோட்டமாகப் பார்க்கும்போது இந்த மாற்றம் சாதாரணமானதாகத் தோன்றலாம். ஆனால் உண்மையில் இந்த ஐந்து வருடங்களுக்குள் எட்கர் ஹூவர் ப்யூரோவைத் தலைகீழாகப் புரட்டிப்போட்டிருந்தார். அதில் இருந்த கெட்ட அசுத்தங்களையெல்லாம் வெளியேற்றிப் புது ரத்தம் பாய்ச்சியிருந்தார்.

உதாரணமாக எட்கர் ராஜ்ஜியம் தொடங்குவதற்கு முன்புவரை ப்யூரோவில் இருக்கும் ஒவ்வோர் ஏஜென்டும் எப்படிச் செயல்படுகிறார் என்பதை யாரும் உன்னிப்பாகக் கவனித்தது கிடையாது. அவர்கள் பாட்டுக்கு வருவார்கள். வேலையைச் செய்வார்கள். அல்லது சும்மா இருப்பார்கள். ஏதாவது ரிப்போர்ட் கொடுப்பார்கள். வீட்டுக்குப் போய்விடுவார்கள். அவர்களுடைய மேலதிகாரிகள்கூட இதைப் பெரிதாகக் கண்டுகொள்ளவில்லை. 100% அரசாங்க அலுவலக அலட்சியம்தான்.

இதனால் ஓர் ஏஜென்ட் மிகப் பிரமாதமாகச் செயல்பட்டால் அவரைத் தட்டிக்கொடுத்துப் பாராட்டுகிறவர்களும் இல்லை. மோசமாக இயங்கினால் தலையில் குட்டிச் சரிசெய்கிறவர்களும் இல்லை. சொல்லப்போனால் ஒருவர் நன்றாக வேலை செய்கிறாரா சொதப்புகிறாரா என்பதுகூட யாருக்கும் தெரியாத மர்மமாகவே இருந்தது.

ஹூவருக்கு இது பிடிக்கவில்லை. அவர் தம்முடைய ஊழியர்களை அவர்களுடைய செயல்திறன் அடிப்படையில் ரேங்க் பிரிக்க விரும்பினார்.

அதாவது ரேங்க் 1ல் உள்ளவர்கள் எல்லோரும் சூப்பர் மேன் ரேஞ்சுக்குச் சுறுசுறுப்பாக வேலை செய்கிறவர்கள். ரேங்க் 2 என்றால் சராசரிக்கு மேல். ரேங்க் 3 பேர்வழிகள் சொன்ன வேலையைச் செய்வார்கள். அதற்குமேல் ஒரு துரும்பைக்கூடக் கிள்ளிப் போடமாட்டார்கள். ரேங்க் 4ல் உள்ளவர்களின் செயல்திறன் போதுமான அளவு இல்லை. ஆனால் இவர்கள் கொஞ்சம் முயற்சி செய்தால் முன்னுக்கு வரலாம். அதற்கும் கீழே ரேங்க் 5 என்றால் வெளியே போகவேண்டியதுதான்.

ஆனால் எந்த ஏஜென்ட் எந்த ரேங்கில் இருக்கிறார் என்பதை எப்படிக் கண்டுபிடிப்பது?

இதற்குதான் எட்கர் ஹூவர் 'Performance Review' செயல்முறையை அறிமுகப்படுத்தினார். முந்தைய சில வருடங்களில் ஒவ்வோர் ஏஜென்டும் என்னென்ன வேலைகளைச் செய்திருக்கிறார்கள்? அதை அவர்கள் ஒழுங்காகச் செய்து முடித்தார்களா? அல்லது பாதியில் நிறுத்திவிட்டார்களா? அரைகுறையான ரிஸல்ட்ஸுக்குக் காரணம் என்ன? சந்தர்ப்ப சூழ்நிலையா? அல்லது அந்த ஏஜென்டின் கவனக்குறைவு அல்லது திறமைக்குறைவா? வருடத்துக்கு வருடம் அவர் தன்னுடைய திறமைகளை மேம்படுத்திக்கொண்டிருக்கிறாரா? அல்லது செய்த தவறுகளையே திரும்பச் செய்கிறாரா? அவர்மீது ஏதேனும் ஊழல் குற்றச்சாட்டுகள் உண்டா? தன்னுடைய பதவியைத் தவறாகப் பயன்படுத்துகிறாரா? பொய்யான ரிப்போர்ட்கள் அல்லது செலவுக் கணக்குகளைக் கொடுத்து ஏமாற்றுகிறாரா? இவருடைய திறமைக்குறைவுக்குக் காரணங்கள் என்னென்ன? அவற்றை எப்படிச் சரிசெய்வது? ஏதாவது கூடுதல் பயிற்சிகளைக் கொடுத்து ஒழுங்குபடுத்தலாமா? அல்லது இவருடைய பலங்கள் வெளிப்படும்விதமாக இவரை வேறொரு பிரிவுக்கு மாற்றிப் பார்க்கலாமா? இவருக்கு வழிகாட்டியாக ஒரு சீனியர் அதிகாரியை நியமித்தால் உருப்பட்டுவிடுவாரா? ...

இது ஒரு சின்ன சாம்பிள்மட்டுமே. ப்யூரோவில் எட்கர் ஹூவர் அறிமுகப்படுத்திய 'பர்ஃபார்மென்ஸ் ரிவ்யூ' மிகவும் விரிவானது. அப்போது அங்கே இருந்த ஏஜென்ட்கள், மற்ற ஊழியர்கள் ஒருவரைக்கூட விட்டுவைக்காமல் கவனமாக அலசி ஆராய்ந்து அவர்களுடைய திறமை, செயல்பாடுகளைப்பற்றிய நேர்மையான விமர்சனம் முன்வைக்கப்பட்டது. பின்னர் இதன் அடிப்படையில் அவர்களுக்கு ரேங்க் போடப்பட்டது. வேண்டிய மாற்றங்கள் சிபாரிசு செய்யப்பட்டன. இந்த மாற்றங்கள் ஒழுங்காகச் செயல்படுத்தப்படுகின்றனவா, அந்த ஏஜென்டின் நடவடிக்கைகள் / செயல்பாடுகளில் மாற்றம் தெரிகிறதா என்பது உன்னிப்பாகக் கவனிக்கப்பட்டது. சரிவராதவர்கள் உடனே வீட்டுக்கு அனுப்பப்பட்டார்கள். ஒழுங்காக வேலை செய்கிறவர்கள் பிரமோஷன், சம்பள உயர்வு, கூடுதல் பொறுப்புகள், விருதுகள், கௌரவங்கள் என்று நன்றாக ஊக்குவிக்கப்பட்டார்கள். 'உங்கள் கையில்தான் ப்யூரோவின் எதிர்காலம் இருக்கிறது' என்று திரும்பத் திரும்பச் சொல்லி அவர்களை உற்சாகப்படுத்தினார் ஹூவர்.

அதேநேரம் ப்யூரோவில் புதிதாக வேலைக்குச் சேர்கிறவர்களையும் எட்கர் ஹூவர் மிகக் கவனமாக வடிகட்டினார். 'சும்மா கண்டவனும் இங்கே வேலைக்குச் சேர்ந்துவிடமுடியாது' என்று சொல்வதுபோல் கடுமையான விதிமுறைகளை அமல்படுத்தினார். வேலைக்கு விண்ணப்பம் போடுகிற ஒவ்வொருவருடைய பின்னணித் தகவல்கள் துப்பறியப்பட்டன. சில குறிப்பிட்ட தகுதிகள் இல்லாதவர்கள் உடனடியாக நிராகரிக்கப்பட்டார்கள். சிபாரிசு? நோ சான்ஸ்!

அப்போதெல்லாம் ப்யூரோவில் இணையும் புதிய ஊழியர்கள் கொஞ்ச நாள் வேறொரு சீனியருக்குக் கீழே வேலை செய்து 'தொழில்' பழகுவார்கள். அல்லது பழைய கேஸ் விவரங்களைப் படித்துப் பார்த்து விஷயங்களைப் புரிந்துகொள்வார்கள். கொஞ்ச நாள் கழித்து அவர்களுக்கென்று தனி வழக்குகள் ஒப்படைக்கப்படும். அவற்றில் தன்னிச்சையாக இயங்கிப் பெயர் வாங்குவது அவர்களுடைய சமர்த்து.

இதையும் ஹூவர் மாற்றினார். 'நாம் நம்முடைய ஊழியர்களுடைய செயல்திறனைக் கணக்கிடுகிறோம். அப்படியானால் அந்த வேலையை ஒழுங்காகச் செய்வதற்குத் தேவையான திறமைகளை வளர்ப்பதும் பயிற்சி கொடுப்பதும் நம்முடைய பொறுப்புதானே?'

அதாவது ஒரு பையனைப் பிடித்துத் தண்ணீரில் போட்டுவிட்டு 'ச்சீ ச்சீ, உனக்கு நீச்சலடிக்கவே தெரியலை' என்று சொல்வது என்ன நியாயம்? முதலில் அவனுக்கு நீச்சல் பழக்கித் தந்துவிட்டு அவனுடைய திறமையை மதிப்பிடுவதுதானே சரியாக இருக்கும்?

ஹூவர் அதைத்தான் செய்தார். 1928 ஜனவரியில் முதன்முறையாக ப்யூரோ நிபுணர்களுக்கென்று முறையான பயிற்சி வகுப்புகள் அறிமுகப்படுத்தப்பட்டன. அதன்பிறகு புதிய ஏஜென்ட்கள் ஒவ்வொருவரும் குறைந்தபட்சம் இரண்டு மாதம் இங்கே பயிற்சி பெறவேண்டியிருந்தது. இந்த வகுப்புகளில் என்னவெல்லாம் சொல்லித்தரவேண்டும் என்பதில் ஆரம்பித்து அதை எப்படிக் கற்றுத்தருவது என்பதுவரை சகலத்தையும் முடிவு செய்து அதனை ஒரு நம்பகமான பயிற்சியாக மாற்றியது ஹூவரின் நிர்வாகம்தான்.

அதன்பிறகு ப்யூரோவில் எதுவும் 'எதேச்சை'யாக நடப்பது கிடையாது. உள்ளே வருகிற எல்லோரும் முறைப்படி பயிற்சி பெறுகிறார்கள். உடல் தகுதி, மற்ற திறமைகளை வளர்த்துக்கொள்கிறார்கள். அவர்களுக்குத் தேவையான கருவிகள், உபகரணங்கள் கொடுக்கப்படுகின்றன. அவற்றைப் பயன்படுத்தும் வழிமுறைகளும் சொல்லித்தருகிறார்கள். இவற்றை வைத்துக்கொண்டு களத்தில் இறங்கி வேலை செய்வது பெரிய சிரமமாக இருக்காது.

1924ல் தொடங்கி அடுத்த ஐந்தாறு வருடங்களில் ஹூவர் கொண்டுவந்த இந்த மாற்றங்களால் ப்யூரோவின் செயல்திறன் பலமடங்கு அதிகரித்தது. அவர்கள் வழக்கமாகச் செய்துகொண்டிருந்த வேலைகளோடு பல கூடுதல் பொறுப்புகளையும் ஏற்றுக்கொண்டு சிறப்பாகச் செயல்படத் தொடங்கினார்கள். இவற்றில் முக்கியமான இரண்டு:

1. கைரேகை ஆவணங்களைப் பராமரிப்பது

2. அமெரிக்கக் குற்றங்களைப்பற்றிய புள்ளிவிவரங்களைத் திரட்டி வழங்குவது

எட்கர் ஹூவர் ப்யூரோவின் இயக்குனர் பொறுப்பை ஏற்பதற்கு முன்புவரை அமெரிக்காவில் குற்றவாளிகள் மற்றும் பொதுமக்களின் கைரேகைகள் ஒரு பொதுவான இடத்தில் சேமித்துவைக்கப்படவில்லை. இந்த ஸ்டேஷனில் சில கைரேகைகள், அங்கே சிலது, இன்னோர் அரசாங்க அலுவலகத்தில் மிச்சம் என்று குழப்படியாகப் பரப்பிப் போட்டிருந்தார்கள். யாருடைய கைரேகை எங்கே இருக்கிறது என்று யாருக்கும் நிச்சயமாகத் தெரியவில்லை.

இதனால் ஒரு திருட்டு அல்லது கொலைச் சம்பவத்தில் ஈடுபட்டவர்களுடைய கைரேகைகள் வசமாக மாட்டினாலும்கூட அவை யாருடையவை என்று கண்டறிவது மிகவும் சிரமமாக இருந்தது. காவல்துறையினர் பல இடங்களில் உள்ள கைரேகைகளைத் திரட்டி ஒப்பிட்டுப் பார்த்துக் குற்றவாளிகளைக் கண்டுபிடிப்பதற்குள் அவர்கள் ஏழு கடல், ஏழு மலை தாண்டித் தப்பிச் சென்றிருப்பார்கள்.

1924ம் வருடம் 'ப்யூரோ ஆஃப் இன்வெஸ்டிகேஷன்'னுடைய புதிய பிரிவாக 'Identification Division' என்பதைத் தோற்றுவித்தார் எட்கர் ஹூவர். 'ஐடி' என்று செல்லமாக அழைக்கப்பட்ட இந்தப் பிரிவைச் சேர்ந்தவர்கள் நாடுமுழுவதும் உள்ள கைரேகை ஆவணங்களை ஒன்றுதிரட்டும் வேலையில் இறங்கினார்கள்.

ஆரம்பத்தில் சில நூறு கைரேகைகளோடு தொடங்கப்பட்ட இந்தப் பிரிவு அடுத்தடுத்த வருடங்களில் மிக வேகமாக வளர்ந்தது. ஆயிரக்கணக்கான, லட்சக்கணக்கான குற்றவாளிகள் மற்றும் பொதுமக்களின் கைரேகைகள், மற்ற விவரங்கள் ஒரே இடத்தில் திரட்டப்பட்டன.

இவ்வளவு விவரங்களை ஒன்றுதிரட்டுவது ஒரு பெரிய சவால் என்றால் அவற்றை வரிசைப்படுத்தி அடுக்கிவைப்பது இன்னொரு

மிகப் பெரிய பிரச்னை. இதை ஒழுங்காகச் செய்யாவிட்டால் ஓர் அவசரம் என்று வரும்போது வைக்கோல்போரில் ஊசியைத் தேடுவதுமாதிரி திணறவேண்டியிருக்கும்.

ப்யூரோவின் ஐடி பிரிவு இதையும் பிரமாதமாகச் செய்துமுடித்தது. அவர்கள் வசமிருந்த கைரேகை விவரங்கள் அனைத்தும் பலவிதங்களில் வகைப்படுத்தப்பட்டுப் பராமரிக்கப்பட்டன. ஹூவரின் திட்டப்படி ஊழியர்களுக்குக் கைரேகைகளைப் பதிவு செய்வதில் ஆரம்பித்து அவற்றைத் தேடுவதுவரை சகலத்திலும் தீவிரப் பயிற்சி அளித்துத் தயார் செய்தார்கள்.

அதன்பிறகு அமெரிக்காமுழுவதும் உள்ள காவல் பிரிவுகளும் மற்ற துறையினரும் தங்களுக்குத் துப்புத்துலக்கத் தேவையான கைரேகை விவரங்களைத் தேடி அலையவேண்டிய அவசியமே ஏற்படவில்லை. ப்யூரோவில் கேட்டால் எல்லாம் கிடைக்கும். அதுவும், உடனடியாக!

இதைப் பார்த்து உற்சாகமான மற்ற பிரிவுகள் ப்யூரோவுக்கு முழு ஒத்துழைப்பு கொடுத்தன. எந்த வழக்கில் யார் கைதானாலும், அல்லது யார்மீது சந்தேகம் ஏற்பட்டாலும் அவர்களுடைய கைரேகையைப் பதிவு செய்து ப்யூரோவுக்கு ஒரு காப்பி அனுப்பிவைத்தார்கள். இன்றைக்கு இல்லாவிட்டாலும் எப்போதாவது உதவுமே!

இதனால் ப்யூரோ வசமிருந்த கைரேகை ஆவணங்களின் எண்ணிக்கை கிடுகிடுவென்று எகிறிக்கொண்டே சென்றது. 1936ம் வருடம் அவர்களிடம் சுமார் ஒரு லட்சம் கைரேகைகள் பதிவாகியிருந்தன. அடுத்த பத்தே வருடங்களில் இந்த எண்ணிக்கை பத்துக் கோடியாக உயர்ந்திருந்தது.

இந்த அதிவேக வளர்ச்சிக்கு ஒரு முக்கியமான காரணம், இப்போது ப்யூரோவின் ஆர்வங்கள் அமெரிக்க எல்லையைத் தாண்டியும் விரிந்திருந்தன. பல நட்பு நாடுகளோடு ஒப்பந்தம் செய்துகொண்டு அவர்களுடைய கைரேகை விவரங்களையெல்லாம் இங்கே கொண்டுவந்து பதிவு

செய்துவைத்தார்கள். பதிலுக்கு அவர்களுக்கு ஏதாவது அவசரம் என்றால் இங்குள்ள கைரேகைகளைத் தேடிப் பார்த்துத் தகவல் சொன்னார்கள்.

ஆரம்பத்தில் கைரேகைகளைக் காகிதத்தில் பதிவு செய்து பிரம்மாண்டமான ஃபைல்களில் வகைப்படுத்தி வைத்த ப்யூரோ காலப்போக்கில் புதிய தொழில்நுட்ப மாற்றங்களை ஏற்றுக்கொண்டு இன்னும் பிரம்மாண்டமாக, மேலும் செயல்திறன் கொண்ட ஓர் அமைப்பாக வளர்ந்தது. இப்போது அவர்களிடம் இருபத்தைந்து கோடிக்கும் மேற்பட்ட கைரேகைகள், மற்ற குறிப்புகள் இருக்கின்றன. சகலமும் கணினிமயமாகி எல்லாத் தகவல்களும் சொடக்குப் போடும் நேரத்தில் வந்து கொட்டுகின்றன.

இதேபோல், இருபதுகளின் இறுதியில் தொடங்கி அமெரிக்காவில் நடைபெறுகிற குற்றங்களைப்பற்றிய விவரங்களையும் ப்யூரோ திரட்ட ஆரம்பித்தது. இதுபற்றி அவர்கள் வெளியிடுகிற வருடாந்திர அறிக்கைகள் அமெரிக்கச் சமூகம் / கலாசாரம்பற்றிய முக்கியமான ஆவணங்களாகக் கருதப்படுகின்றன.

ஆனால் கைரேகைகளைப் பதிவு செய்வது, தேடுவது, குற்ற விவரங்களைத் திரட்டுவது எல்லாம் ரொம்பப் போரடிக்கிற வேலையாச்சே. இதைச் செய்வதற்குச் சாதாரண க்ளர்க்குகள் போதுமே! துப்பறியும் நிபுணர்கள் எதற்கு? எட்கர் ஹூவர் காலத்தில் ப்யூரோ தன்னுடைய உளவு வேலைகளையெல்லாம் மறந்து ஃபைல்களை நகர்த்தும் மெகா சைஸ் அரசாங்க அலுவலகமாக மாறிவிட்டதா என்ன? இந்த அத்தியாயத்தின் ஆரம்பத்தில் நாம் பார்த்த 'தாதா'க்கள், கேங்ஸ்டார்களையெல்லாம் கட்டுப்படுத்தவேண்டிய ப்யூரோ இப்படி கைரேகை ஜோசியம் பார்த்துக்கொண்டிருந்தால் அது என்ன நியாயம்?

7. கத்தியும் புத்தியும்

1925 அக்டோபர் பிறந்திருந்தது. எட்கர் ஹூவர் ப்யோரோவின் இயக்குனர் பொறுப்பை ஏற்று ஒன்றரை வருடங்கள் கழிந்திருந்தன. இந்தக் குறுகிய காலகட்டத்துக்குள் அங்கே பல முக்கியமான மாற்றங்களைச் செய்து ஆட்சியாளர்கள் மத்தியில் நல்ல பெயர் வாங்கியிருந்தார் அவர்.

ஒரே பிரச்னை, அவர் அறிமுகப்படுத்திய மாற்றங்கள் எல்லாமே நிர்வாகரீதியிலானவை. அதன்மூலம் ப்யூரோவின் நிர்வாக இயந்திரம் நல்ல செயல்திறனுடன் இயங்கமுடிந்தது உண்மைதான். ஆனால் அதற்குமுன்னால் அவர்கள் செய்துகொண்டிருந்த வேலைகளுக்கும், இப்போது செய்கிற வேலைகளுக்கும் பெரிதாக ஒன்றும் வித்தியாசம் இல்லை.

ஓர் அலுவலகத்தில் பத்துவிதமான வேலைகள் இருக்கின்றன. அதில் நீங்கள் ஒன்றையோ இரண்டையோமட்டும் செய்துகொண்டிருக்கிறீர்கள். இப்போது உங்களுக்கு ஒரு மேனேஜர் வந்து அந்த ஒன்றிரண்டு வேலைகளைமட்டும் இன்னும் சிறப்பாகச் செய்யச் சொல்லிக்கொடுக்கிறார். உங்களை வழிநடத்தி நன்றாக வேலை வாங்குகிறார். ப்யூரோவில் எட்கர் கொண்டுவந்த ஆரம்பகால மாற்றங்கள் இப்படிப்பட்டவைதான்.

ஆனால் அதே அலுவலகத்தில் இன்னும் ஏழெட்டு வகை வேலைகள் உள்ளன. அவை இப்போது நீங்கள் செய்யும் வேலைகளைவிட முக்கியமானவை. அவற்றைச் செய்வதற்கான திறமையோ, தகுதியோ, உபகரணங்களோ உங்களிடம் (இப்போது) இல்லை. ஆனால் எப்படியும் கற்றுக்கொண்டு செய்யவேண்டும் என்று நினைக்கிறீர்கள்.

இதைத்தான் எட்கர் அடுத்தபடியாகக் கையில் எடுத்துக்கொண்டார். தேசப் பாதுகாப்பு மற்றும் கேங்ஸ்டார்களை ஒடுக்குவதுமாதிரியான வேலைகளில் ப்யூரோவை ஈடுபடச் செய்யவேண்டும் என்று தீர்மானித்தார் அவர். சட்டபூர்வமாக அதற்கான வழிகள் ஏதும் தென்படுகிறதா என்று கூர்ந்து கவனித்துக்கொண்டே இருந்தார்.

அப்போது சிகாகோவில் மார்ட்டின் ஜேம்ஸ் டர்கின் என்ற ஓர் இளைஞன். வயது இருபத்தைந்துதான். ஆனால் பையன் பிஞ்சிலேயே பழுத்திருந்தான். கார்களைத் திருடி விற்பது அவனுடைய முழு நேரத் தொழில்.

மார்ட்டின் செய்த ஒரு புத்திசாலித்தனமான வேலை, கார்களை எந்த மாநிலத்தில் திருடுகிறானோ அங்கேயே விற்கமாட்டான். எல்லை தாண்டிச் சென்று இன்னொரு மாநிலத்தில் விற்றுவிடுவான். இதனால் சட்டப்படி இரண்டு மாநிலப் போலிஸாரும் அவன்மீது முழுமையான வழக்குப் பதிவு செய்யவோ நடவடிக்கை எடுக்கவோ முடியாமல் திணறுவார்கள்.

வழக்கு கிடக்கட்டும். முதலில் அவனைப் பிடிக்க வேண்டாமா? எந்நேரமும் (அடுத்தவர்களுடைய) காரில் பறந்துகொண்டிருக்கிறவனை எப்படிப் பிடித்து உள்ளே தள்ளுவது? இந்தப் பொறுப்பு ப்யூரோவிடம் ஒப்படைக்கப்பட்டது.

1925 அக்டோபர் 11ம் தேதி மார்ட்டின் சிகாகோவில் ஒரு காரைத் திருடினான். இந்தத் தகவலைக் கேள்விப்பட்ட ப்யூரோ ஏஜென்ட் ஒருவர், அவனைத் தடுத்து நிறுத்துவதற்காகப் பின்னாலேயே துரத்திக்கொண்டு சென்றார்.

மார்ட்டின் அசரவில்லை. சட்டென்று ஒரு துப்பாக்கியை எடுத்தான். ப்யூரோ ஏஜென்டைச் சுட்டுக் கொன்றுவிட்டான்.

இந்தச் செய்தி வெளியே பரவியபோது ப்யூரோவுக்கு அதிர்ச்சி. மக்களுக்கு அதைவிடப் பெரிய அதிர்ச்சி!

பொதுஜனத்தின் அதிர்ச்சிக்குக் காரணம், மார்ட்டினால் கொல்லப்பட்ட ப்யூரோ ஏஜென்ட் எட்வின் ஷனாஹன் அவனைத் திருப்பித் தாக்கவில்லை. 'தன்னைப் பாதுகாத்துக்கொள்வதற்காகவாவது அவர் அவனைக் காலுக்குக் கீழே சுட்டு வீழ்த்தியிருக்கவேண்டாமா?' என்று க்ரைம் நாவல் படித்த பொதுஜனம் ஆதங்கப்பட்டது.

எட்வின் எப்படிச் சுடுவார்? அவரிடம்தான் துப்பாக்கியே இல்லையே!

இது மக்களுக்கு இன்னும் பெரிய அதிர்ச்சியாக இருந்தது. ப்யூரோ ஏஜென்ட்களிடம் துப்பாக்கி இல்லையா? ஏன்?

ப்யூரோவின் வேலை, திருடர்களையும் சட்டத்தை மீறுகிறவர்களையும் துப்பறிந்து கண்டுபிடிப்பது. அவர்களை நீதிமன்றத்தின்முன் நிறுத்தித் தண்டனை வாங்கிக்கொடுப்பது. ஆபத்தான இந்த வேலையில் ஈடுபடுகிற ஏஜென்ட்களின் பாதுகாப்புக்காக அட்லீஸ்ட் ஒரு துப்பாக்கியாவது வேண்டாமா?

'நிச்சயமாக வேண்டும்' என்றார் எட்கர் ஹூவர். 'ஆனால் என்ன செய்வது? சட்டப்படி எங்களுக்குத் துப்பாக்கி வைத்துக்கொள்ள அனுமதி இல்லை!'

'அப்படியானால் அந்தச் சட்டத்தை மாற்றவேண்டியதுதான்!'

'மாற்றலாம். அதற்குமுன்னால் அந்த மார்ட்டினைக் கண்டுபிடிக்கவேண்டாமா? அவனைப் பழிக்குப் பழி வாங்கினால்தானே எட்வின் ஷனாஹனுடைய ஆத்மா சாந்தியடையும்?' தமிழ் சினிமா பாணியில் வசனம் பேசிவிட்டுப் புறப்பட்டார் எட்கர் ஹூவர்.

அதுவரை சாதுவாக திருடர்களைத் துரத்திக்கொண்டிருந்த ப்யூரோ முதன்முறையாக மிகத் தீவிரத்துடன் ஒரு திருடனைத் துரத்த ஆரம்பித்தது. மார்ட்டினைத் தப்பிக்கவிடக்கூடாது என்கிற ஆவேசத்துடன் ஹூவரே நேரடியாகக் களத்தில் இறங்கினார்.

ஆனால் அவர்கள் நினைத்ததுபோல் மார்ட்டின் அத்தனை சுலபத்தில் அகப்பட்டுவிடவில்லை. அநேகமாக அமெரிக்காவில் பாதியைச் சுற்றிவந்தபிறகு 1926 ஜனவரியில்தான் அவனைக் கைது செய்யமுடிந்தது. பின்னர் மார்ட்டினின் குற்றங்களை விசாரித்த நீதிமன்றம் அவனுக்கு 35 வருடம் சிறைத்தண்டனை விதித்தது.

இந்த விஷயத்தில் எட்கர் ஹூவரும் ப்யூரோவும் மிகவும் உணர்ச்சிவயப்பட்டு வேலை செய்ததற்கு முக்கியக் காரணம் மார்ட்டினைப் பிடிப்பதுமட்டுமல்ல. இப்போது அவனைத் தப்பிக்கவிட்டால் மற்ற சட்டமீறல் பேர்வழிகளும் ப்யூரோ ஏஜென்ட்களுக்கு எதிராகத் துப்பாக்கி தூக்கிவிடுவார்கள் என்பதுதான்.

எட்வின் ஷனாஹன் கொல்லப்பட்டபிறகு அடுத்த பல மாதங்களுக்கு அமெரிக்காவில் குற்ற விகிதம் அதிகரித்துக் கொண்டே இருந்தது. ஆனால் இந்த வழக்குகளில் பெரும்பாலானவை உள்ளூர்ப் போலிஸால்தான் விசாரிக்கப்பட்டன. ப்யூரோ அவற்றில் நேரடியாக ஈடுபட முடியவில்லை.

1929ல் பால் ரேனல்ட்ஸ் என்ற இன்னொரு ப்யூரோ ஏஜென்ட் கொல்லப்பட்டார். இந்தமுறையும் ‘எங்களுடைய பாதுகாப்புக்காக ஆயுதம் வைத்துக்கொள்ள அனுமதி வேண்டும்’ என்று குரல் எழுப்பினார் எட்கர் ஹூவர். யாரும் கண்டுகொள்ளவில்லை.

அரசாங்கம் எட்கரை அலட்சியப்படுத்தவில்லை. ஆனால் அமெரிக்கப் போலிஸோடு ஒப்பிட்டால் ப்யூரோ

ஏஜென்ட்கள் எந்நேரமும் துப்பாக்கியும் கையுமாகச் சுற்றிக்கொண்டிருக்கப்போவதில்லை. பெரும்பாலும் அவர்களுடைய துப்பறியும் வேலைகள் அப்பாவிப் பொதுமக்கள் மத்தியில்தான் நடக்கும். எப்போதாவது அபூர்வமாகதான் இதுமாதிரி ஆபத்துகள் வரும். அந்த நேரங்களில் தேவைப்பட்டால் அவர்கள் போலிஸின் பாதுகாப்பைக் கேட்டு வாங்கிக்கொள்ளலாமே? தனியாக அவர்களுக்கென்று ஆயுதம் அவசியமில்லை என்று அரசு நினைத்தது.

எட்கர் ஹூவர் இதனை ஏற்றுக்கொள்ளவில்லை. ப்யூரோ ஏஜென்ட்களிடம் ஆயுதம் இருந்தால் இன்னும் பல தைரியமான நடவடிக்கைகளைத் திட்டமிடலாம் என்று அவர் எண்ணியிருந்தார். ஆனால் அதற்குச் சரியான சூழ்நிலை ஏற்படவில்லை. கொஞ்ச நாள் கழித்து மறுபடி கேட்கலாம் என்று விஷயத்தை ஆறப்போட்டிருந்தார். அதற்குள் அவர் நினைத்துப் பயந்ததுபோல் ஒரு பெரிய விபரீதம் நிகழ்ந்துவிட்டது.

இதற்குக் காரணமாக அமைந்தவன் பெயர் ஃப்ராங்க் ‘ஜெல்லி’ நாஷ். வங்கிக் கொள்ளைகளுக்குப் பெயர் போன திருடன். பல வழக்குகளில் போலிஸாரும் ப்யூரோ ஏஜென்ட்களும் அவனைத் தேடிக்கொண்டிருந்தார்கள். அடிக்கடி ஜெயிலுக்குப் போவான், வெளியே வருவான், பழையபடி ஏதாவது தப்பு செய்துவிட்டு மீண்டும் கம்பி எண்ணுவான்.

இப்படி சீஸன் டிக்கெட் வாங்கியதுபோல் ஜெயிலுக்குப் போய்த் திரும்பிக்கொண்டிருந்த ஃப்ராங்க் நாஷ் 1924ம் வருடம் ஒரு பெரிய வம்பில் மாட்டிக்கொண்டான். அவனுக்கு இருபத்தைந்து வருடம் சிறைத் தண்டனை விதிக்கப்பட்டது. கன்ஸாஸில் உள்ள லீவன்வொர்த் என்ற சிறைச்சாலையில் அடைக்கப்பட்டான்.

ஃப்ராங்க் நாஷுக்குத் தன் வாழ்நாளில் பாதியை ஜெயிலில் கழிக்க விருப்பம் இல்லை. எப்படியும் இங்கிருந்து தப்பித்துவிடவேண்டும் என்று திட்டமிட்டான். ஒரு நல்ல வாய்ப்புக்காகக் காத்திருந்தான்.

1930ம் வருடம், ஃப்ராங்க் நாஷ், லீவன்வொர்த் சிறைச்சாலையிலிருந்து தப்பிவிட்டான். அவனைக் கண்டுபிடிக்கும் பொறுப்பு ப்யூரோவிடம் ஒப்படைக்கப்பட்டது.

அடுத்த பல மாதங்கள் வெவ்வேறு ப்யூரோ ஏஜென்ட்கள் ஃப்ராங்க் நாஷைத் தேடி அமெரிக்காமுழுவதும் சுற்றினார்கள். அவன் எங்கே இருக்கிறான், என்ன செய்கிறான், அவனுக்கு யார் உதவி செய்கிறார்கள் என்று எதுவும் புரியவில்லை.

நீண்ட தேடலுக்குப்பிறகு 1933ம் வருடம் ஜூன் 16ம் தேதி ஃப்ராங்க் நாஷ் பிடிபட்டான். அர்கன்ஸாஸில் கைது செய்யப்பட்ட அவனை மீண்டும் கன்ஸாஸுக்குக் கொண்டுவந்தார்கள்.

ஃப்ராங்க் நாஷை மீண்டும் ஜெயிலில் அடைக்கப்போகிறார்கள் என்ற செய்தி தெரிந்தவுடன் அவனுடைய கூட்டாளிகள் டென்ஷனாகிவிட்டார்கள். 'எப்படியாவது நம்மாளைக் காப்பாத்திடணும்' என்று யோசிக்க ஆரம்பித்தார்கள். ஒரு திட்டம் உருவானது.

மறுநாள் காலை. ஃப்ராங்க் நாஷும் அவனைக் கைது செய்த போலிஸ் அதிகாரிகள், ப்யூரோ ஏஜென்ட்களும் பயணம் செய்த வண்டி சுமார் ஏழே கால் மணியளவில் கன்ஸாஸ் ரயில் நிலையத்துக்குள் நுழைந்தது. எல்லோரும் கீழே இறங்கினார்கள். ஃப்ராங்க் நாஷைப் பாதுகாப்பாக வெளியே கொண்டுவந்தார்கள். ஒரு காரில் ஏற்றினார்கள்.

அடுத்த நிமிடம் எங்கிருந்தோ சில மர்ம மனிதர்கள் தோன்றினார்கள். சரமாரியாகச் சுட ஆரம்பித்தார்கள்.

சில விநாடிகள்தான். எங்கு பார்த்தாலும் புகைமூட்டம். கூடவே ஏகப்பட்ட ரத்தம். என்ன நடக்கிறது என்று யாருக்கும் புரியவில்லை. காவல்துறை அதிகாரிகள் திருப்பித் தாக்குவதற்குள் வந்தவர்கள் காணாமல் போயிருந்தார்கள்.

கொடுமையான விஷயம், அவர்கள் காப்பாற்றுவதற்காக வந்த

ஃப்ராங்க் நாஷே இந்தத் தாக்குதலில் சிக்கி உயிரிழந்திருந்தார். கூடவே மூன்று காவல்துறை அதிகாரிகள், ஒரு ப்யூரோ ஏஜென்டும் பலியாகியிருந்தார்கள்.

'கன்சாஸ் நகரப் படுகொலை' என்று அழைக்கப்படும் இந்த நிகழ்வு, எஃப்.பி.ஐ.யின் சரித்திரத்தில் மிக முக்கியமானது. இந்தத் தாக்குதலில் ரே கஃபெரி என்ற ஏஜென்டின் உயிரைப் பறிகொடுத்தபிறகுதான் அவர்கள் எதிர்பார்த்த ஆயுத பலம் கிடைத்தது.

ரே கஃபெரியின் மரணச் செய்தி மக்களிடையே மிகுந்த பரபரப்பை ஏற்படுத்தியது. அமெரிக்க ஆட்சிமன்றத்தில் 'ப்யூரோ ஏஜென்ட்களின் பாதுகாப்புக்காக ஆயுதங்கள் எவையும் வழங்கப்படாதது ஏன்?' என்று பலர் கேள்வி எழுப்பினார்கள். எட்கர் ஹூவரும் தன்னுடைய மேலதிகாரிகளிடையே இந்தக் கோரிக்கையை அழுத்தமாக முன்வைத்து வாதிட்டார்.

கடைசியாக அரசாங்கம் இறங்கிவந்தது. களத்தில் இறங்கிச் செயல்படும் ப்யூரோ ஏஜென்ட்கள் தங்களுடைய பாதுகாப்புக்காக ஓர் ஆட்டோமேடிக் ரைஃபிள் வைத்துக்கொள்ளலாம் என்று அனுமதி கொடுத்தார்கள்.

அதுதான் ஆரம்பம். அதன்பிறகு படிப்படியாகப் பலவிதமான துப்பாக்கிகளைப் பயன்படுத்துவதற்கு ப்யூரோ அனுமதி பெற்றது. அங்கே சேரும் ஏஜென்ட்களுக்குக் கட்டாய ஆயுதப் பயிற்சி வழங்கப்பட்டது.

இதனால் எட்கர் ஹூவர் நினைத்ததுபோலவே ப்யூரோ ஏஜென்ட்கள் முன்பைவிட அதிகத் தீவிரத்துடனும் தைரியமாகவும் செயல்படமுடிந்தது. துண்டு, துக்கடாக் கொள்ளையர்களின் அடாவடி ஓரளவு குறைந்தது. இனிமேல் மிச்சமிருப்பது பெரிய தலைகள்தான்.

அவர்களையும் வழிக்குக் கொண்டுவர எட்கர் ஹூவர் ஒரு யோசனையை முன்வைத்தார்: ப்யூரோவுக்கென்று சொந்தமாக ஒரு தொழில்நுட்ப ஆய்வகம்!

துப்பறிகிறவர்களுக்கு அறிவியலும் தொழில்நுட்பமும் எந்த அளவு துணைபுரிகின்றன என்பது இப்போது நமக்குத் தெரியும். குற்றம் நடந்த இடத்தில் எடுக்கப்படும் கைரேகைகளை அலசிப் பார்ப்பதில் ஆரம்பித்து டி.என்.ஏ. ஆய்வுகள்வரை கடந்த சில பத்தாண்டுகளாக இந்தத் துறையில் ஏகப்பட்ட முன்னேற்றங்கள் நிகழ்ந்திருக்கின்றன.

ஆனால் இருபதுகளின் தொடக்கத்தில் எட்கர் ஹூவர் இப்படி ஒரு யோசனையைச் சொன்னபோது எல்லோரும் சிக்கனமாகச் சிரித்தார்கள். 'என்ன சார்? இன்னிக்கு ஒரு ரவுண்ட் கூடுதலாச் சாப்டுட்டீங்களோ? கண்டபடி உளற ஆரம்பிச்சுட்டீங்களே. சமர்த்தா வீட்டுக்குப் போங்க!'

எட்கர் ஹூவர் நம்பிக்கை இழக்கவில்லை. ப்யூரோவுக்கென்று ஒரு தனி தொழில்நுட்ப ஆராய்ச்சிசாலை தேவை என்று தொடர்ந்து நச்சரித்துக்கொண்டிருந்தார். அதற்கான அனுமதியும் பட்ஜெட்டும் கிடைக்கும்வரை அவர் விடவில்லை.

இதனிடையே ஹூவர் தன்னுடைய சக அதிகாரிகள், ஏஜெண்ட்களிடமும் தொழில்நுட்பத்தின் முக்கியத்துவத்தைப் பற்றித் தொடர்ந்து பேசிக்கொண்டிருந்தார். 'நீங்க பல நாள் உட்கார்ந்து கண்டுபிடிக்கிற ஒரு விஷயத்தை டெக்னாலஜி அரை நிமிஷத்தில முடிச்சுக் கொடுத்துடும். அதைப்பத்தி நாம தெரிஞ்சுக்கறது நல்லதுதானே?'

எட்கர் ஹூவரின் தூண்டுதலால் பல ப்யூரோ ஏஜெண்ட்கள் லேட்டஸ்ட் அறிவியல், தொழில்நுட்பக் கண்டுபிடிப்புகளைப் பற்றிப் படிக்க ஆரம்பித்தார்கள். அவற்றைத் தங்களுடைய தினசரி வேலைகளில் பயன்படுத்தமுடியுமா என்று யோசித்தார்கள்.

இப்போதும் ஹூவர் கேட்டதுபோல் ப்யூரோவின் தொழில்நுட்ப ஆய்வகம் அமைக்கப்பட்டிருக்கவில்லை. தேவையான நேரங்களில் வெளியிலிருந்து நிபுணர்களின் உதவியைப் பயன்படுத்திக்கொண்டார்கள்.

முப்பதுகளின் தொடக்கத்தில் அமெரிக்காமுழுவதும் குற்றங்களின்

எண்ணிக்கை அதிகரித்ததால் ப்யூரோவும் தன்னுடைய துப்பறியும் நடவடிக்கைகளை முடுக்கிவிடவேண்டியிருந்தது. தொழில்நுட்ப உதவிகளும் அதிகம் தேவைப்பட்டன.

அப்போது ப்யூரோவிலிருந்த சார்லஸ் அப்பெல் என்ற ஸ்பெஷல் ஏஜென்ட் ஹூவரை அணுகினார். 'சிகாகோவில க்ரைம் நிகழ்வுகளை அறிவியல்பூர்வமா எப்படித் துப்புத்துலக்கறதுன்னு ஒரு பயிற்சி வகுப்பு ஏற்பாடு செஞ்சிருக்காங்க. நான் அதில கலந்துக்கணும்ன்னு ஆசைப்படறேன்!'

'பேஷாப் போய்ட்டு வாங்க' என்றார் எட்கர் ஹூவர். அப்பெலின் பயணம் மற்றும் படிப்புச் செலவுகளுக்கும் ப்யூரோவே ஏற்பாடு செய்து கொடுத்தது.

1931 ஏப்ரல், மே மாதங்களில் சார்லஸ் அப்பெல் இந்தப் பயிற்சியின்கீழ் ஏராளமான தொழில்நுட்ப சமாசாரங்களைக் கற்றுக்கொண்டார். கையெழுத்துகளை அலசுவது, கடிதங்களை வைத்து அவை எந்தவிதமான டைப்ரைட்டிங் இயந்திரத்தில் தட்டச்சு செய்யப்பட்டிருக்கக்கூடும் என்று கண்டுபிடிப்பது, பல்வேறு ஆயுதங்களைப்பற்றிய தகவல்கள், துப்பறிவதற்குத் தேவையான அறிவியல் திறமைகள் என்று பல விஷயங்களைப் பழகிக்கொண்ட அவர் ஏகப்பட்ட புதுத் திட்டங்களோடு ப்யூரோவுக்குத் திரும்பினார்.

ஆனால் சார்லஸ் அப்பெல் நினைத்ததையெல்லாம் உடனே செய்யமுடியவில்லை. பட்ஜெட் பிரச்னை.

எட்கர் ஹூவர் சார்லஸைத் தொடர்ந்து ஊக்குவித்தார். 'எப்படியும் அரசாங்கம் நமக்குன்னு ஒரு டெக்னிகல் லேப் ஆரம்பிக்கறதுக்கு அனுமதி கொடுத்துடுவாங்க. அப்போ அதை நடத்துறதுக்கு நீங்க தயாரா இருக்கணும்!'

இதனால் சார்லஸ் அப்பெல் தான் கற்றுக்கொண்ட விஷயங்களையெல்லாம் ப்யூரோவில் எப்படிப் பயன்படுத்தலாம் என்பதுபற்றித் தீவிரமாக யோசிக்க ஆரம்பித்தார். அவ்வப்போது ப்யூரோவுக்கு உதவுவதற்காக வருகிற தொழில்நுட்ப நிபுணர்களிடம்

பேசித் தன் நட்பு வட்டத்தை விரிவுபடுத்திக்கொண்டார். புதுப்புது யோசனைகளை அனுப்பிக்கொண்டே இருந்தார்.

1932ம் ஆண்டு மத்தியில், ப்யூரோவின் தொழில்நுட்ப ஆய்வகம் எப்படி இருக்கவேண்டும், எப்படி இயங்கவேண்டும், அதற்குச் செலவாகும் தொகையை எந்தவிதத்தில் திரும்பப் பெறமுடியும் உள்ளிட்ட பல விவரங்களைத் தொகுத்து ஓர் அறிக்கை தயாரித்தார் சார்லஸ் அப்பெல். வழக்கம்போல் இதற்கு எட்கர் ஹூவரின் முழு ஆதரவு இருந்தது:

'ப்யூரோவின் தொழில்நுட்ப ஆய்வகம் பல குற்றங்களை முன்கூட்டியே கண்டறிவதற்கு உதவும். காவல்துறை போன்ற மற்ற அரசு அமைப்புகளும் தங்களுடைய தொழில்நுட்பம் சார்ந்த அலசல்களுக்கு இந்த ஆராய்ச்சிசாலையைப் பயன்படுத்திக்கொள்ளலாம்!'

இந்தமுறை சார்லஸ் அப்பெல் ப்ளஸ் எட்கர் ஹூவரின் யோசனை ஏற்கப்பட்டது. 'ப்யூரோ டெக்னிகல் லெபாரெட்டரி'க்கான இடம், உபகரணங்களைத் தேட ஆரம்பித்தார்கள்.

அதிகாரபூர்வமான குறிப்புகளின்படி பார்த்தால், 1932 நவம்பர் 24தான் எஃப்.பி.ஐ. தொழில்நுட்ப ஆய்வகத்தின் தொடக்க நாள். ஆனால் அதற்குச் சில வாரங்கள் முன்பாகவே அந்த ஆய்வகம் இயங்க ஆரம்பித்துவிட்டது. ஒரு மைக்ராஸ்கோப், ஒரு அல்ட்ராவயலெட் மெஷின், துப்பாக்கியின் உள் பகுதியை அலசும் கருவி ஒன்று உள்ளிட்ட பல உபகரணங்களோடு ஆராய்ச்சி செய்ய உட்கார்ந்துவிட்டார் அப்பெல்.

இதன்மூலம் எட்கர் ஹூவரின் நீண்ட நாள் கனவு நிஜமாகிவிட்டது. இனிமேல் ப்யூரோ ஏஜென்ட்கள் வெறும் காகிதங்கள், மற்றவர்களுடைய சாட்சிகளை நம்பியிருக்கவேண்டியதில்லை. எது வேண்டுமானாலும் அறிவியல்பூர்வமாக ஆராய்ந்து ஒரு முடிவுக்கு வரலாம். பல கடினமான வேலைகளை எளிதில் செய்துவிடலாம். இதன்மூலம் அதிக எண்ணிக்கையிலான வழக்குகளையும் சமாளிக்கலாம், சிக்கலான பிரச்னைகளையும் சுலபத்தில் தீர்த்துவைக்கலாம்!

ப்யூரோ ஏஜென்ட்கள் எல்லோரிடமும் 'நம்ம டெக்னிகல் லேபோட சேவையைப் பயன்படுத்திக்கோங்க' என்று பிட் நோட்டீஸ் தராத குறையாக விளம்பரம் செய்தார் எட்கர் ஹூவர். அங்கே சார்லஸ் அப்பெலும் தனி ஆளாக யாராவது ஏதாவது வேலை கொடுக்கமாட்டார்களா என்று ஆவலோடு காத்திருந்தார்.

ஆரம்பத்தில் சார்லஸின் நிபுணத்துவம் கோரி வந்த வேலைகள் எல்லாமே சர்வசாதாரணமானவைதான். அவர் என்னதான் உற்சாகத்தோடு அவற்றைச் செய்து முடித்தாலும் ப்யூரோவுக்கென்று ஒரு தனி ஆய்வகம் அமைத்தது நியாயம்தான் என்று அழுத்தம்திருத்தமாக நிரூபிக்கும்படி ஒரு வாய்ப்பு அவருக்குக் கிடைக்கவே இல்லை, 'லிண்ட்பெர்க் கடத்தல் வழக்கு' வரும்வரை!

சார்லஸ் லிண்ட்பெர்க் அமெரிக்காவின் புகழ் பெற்ற விமானி. தனி ஆளாக அட்லாண்டிக் பெருங்கடலை 'நான்-ஸ்டாப்'பாகக் கடந்து சாதனை படைத்தவர்.

1929ல் சார்லஸ் லிண்ட்பெர்குக்குத் திருமணம் நடந்தது. அவருடைய மனைவி பெயர் ஆனி. அடுத்த வருடம் இந்தத் தம்பதிக்கு ஓர் ஆண் குழந்தை பிறந்தது. அவனுக்கும் சார்லஸ் என்றே பெயர் சூட்டப்பட்டது.

சார்லஸ் லிண்ட்பெர்கின் அட்லாண்டிக் சாதனையைத் தொடர்ந்து அவர்மீது ஏகப்பட்ட மீடியா வெளிச்சம் விழுந்துகொண்டிருந்த நேரம் அது. இந்த வம்பிலிருந்து தப்பிப்பதற்காக நியூ ஜெர்ஸி மாகாணத்தில் ஒரு பெரிய பண்ணை வீட்டை வாங்கிக் குடியேறினார் அவர்.

ஆனால் அப்போதும் மீடியா அவர்களுடைய குடும்பத்தை விடவில்லை. காரணம், 1932ம் வருடம் மார்ச் 1ம் தேதி சார்லஸின் மகன் கடத்தப்பட்டான்.

சார்லஸ் அதிர்ந்துபோனார். ஒன்றரை வயதுக் குழந்தையை யார் கடத்தினார்கள்? ஏன்?

இந்தக் கேள்விக்கான பதில் உடனே கிடைத்துவிட்டது. குழந்தை கடத்தப்பட்ட இடத்திலேயே 'ஐம்பதாயிரம் டாலர்கள் பணம் கொடுக்காவிட்டால் உங்கள் மகனைக் கொன்றுவிடுவோம்' என்று ஒரு கடிதம் சிக்கியது.

சார்லஸ் அந்தப் பணத்தைக் கொடுப்பதற்குத் தயாராக இருந்தார். 'ஜான்' என்று புனைபெயர் சூட்டிக்கொண்ட ஒருவன் நேரில் வந்து ஐம்பதாயிரம் டாலர்களை வாங்கிக்கொண்டு காணாமல் போனான்.

குழந்தை? அதைப்பற்றி ஒரு விவரமும் தெரியவில்லை. ஊர்முழுக்கப் போஸ்டர் ஒட்டித் தேடியும் பலன் இல்லை.

இதனிடையே நியூ ஜெர்ஸி காவல்துறையினர் சார்லஸின் மகன் கடத்தப்பட்டது குறித்த தங்களுடைய விசாரணையைத் தொடர்ந்துகொண்டிருந்தார்கள். கடைசியில் அந்தக் குழந்தையின் பிணம்தான் கண்டுபிடிக்கப்பட்டது.

காசையும் வாங்கிக்கொண்டு குழந்தையையும் கொன்றுபோட்ட அந்த 'ஜான்' யார்? அவனை எப்படிக் கண்டுபிடிப்பது? துப்புத் துலக்குவதற்குப் போதுமான விவரங்கள் கிடைக்காமல் நியூ ஜெர்ஸி போலிஸ் திணறியது.

கிட்டத்தட்ட இதே நேரத்தில்தான் வாஷிங்டனில் ப்யூரோ ஆஃப் இன்வெஸ்டிகேஷனுடைய தொழில்நுட்ப ஆய்வகம் தொடங்கப்பட்டிருந்தது. லிண்ட்பெர்க் வழக்கில் அவர்களால் ஏதாவது துப்புத் துலக்க முடியுமா என்று விசாரித்தது போலிஸ்.

'கடத்தல்காரங்க அனுப்பின கடிதங்களெல்லாம் கையில எழுதப்பட்டிருந்ததா, அல்லது டைப் செஞ்சிருக்காங்களா?' என்று விசாரித்தார் சார்லஸ் அப்பெல்.

'கையில எழுதியிருக்காங்க!'

'எல்லாக் கடிதத்திலும் ஒரேமாதிரி கையெழுத்தா? அல்லது மாறுபடுதா?'

'பார்க்கறதுக்கு எல்லாம் ஒரேமாதிரிதான் இருக்குது!'

'உங்களுக்கு யார்மேலயாவது சந்தேகம் உண்டா?'

'குத்துமதிப்பா 300 பேர்மேல சந்தேகம் இருக்கு' என்றது போலிஸ். 'ஏன் கேட்கறீங்க?'

'அந்த முன்னூறு பேரோட கையெழுத்தையும் சாம்பிள் கொண்டுவாங்க. கூடவே இந்தக் கடத்தல்காரங்க எழுதின கடிதங்களையும் கொடுங்க. எல்லாத்தையும் நம்ம லேப்ல அலசி ஆராய்ஞ்சு ஒரு முடிவுக்கு வரலாம்!'

'ஒருவேளை அந்த ஆள் வேணும்னே கையெழுத்தை மாத்தி எழுதியிருந்தான்னா?'

'எவ்வளவுதான் சிரமப்பட்டுக் கையெழுத்தை மாத்தினாலும் ஒரு புள்ளி, ஒரு கோடு காட்டிக் கொடுத்துடும் சார். நீங்க சாம்பிள்களைக் கொண்டுவாங்க. மத்ததை நாங்க பார்த்துக்கறோம்!'

சார்லஸ் அப்பெலின் தன்னம்பிக்கை போலிஸை அசரடித்தது. அவர் கேட்டதையெல்லாம் கொண்டுவந்து கொடுத்தார்கள்.

அதேநேரம் இன்னொருபக்கம் சார்லஸ் லிண்ட்பெர்கிடம் கடத்தல்காரர்கள் வாங்கிய ஐம்பதாயிரம் டாலர் தொகை எங்கேயாவது செலவு செய்யப்படுகிறதா என்றும் போலிஸ் அலசிக்கொண்டிருந்தது. அதன்மூலம் குற்றவாளி இருக்கும் ஏரியாவைக் கண்டுபிடித்துச் சுற்றி வளைத்துவிடலாம் என்பது அவர்களுடைய ஐடியா.

அதற்குள் சார்லஸ் அப்பெல் தன்னிடம் வந்த கடிதங்களை அலசி முடித்திருந்தார். அவரால் குற்றம் செய்தது யார் என்று நிச்சயமாகச் சொல்லமுடியவில்லை. ஆனால் 'இந்தக் கடத்தல் கடிதங்களை எழுதியது ஒரு ஜெர்மன்காரராகத்தான் இருக்கவேண்டும்' என்றார்.

போலிஸூம் கிட்டத்தட்ட அதே முடிவுக்குதான் வந்திருந்தது.

1934 செப்டம்பர் 19ம் தேதி ப்ருனோ ரிச்சர்ட் ஹௌப்ட்மன் என்ற ஜெர்மன்காரரைச் சந்தேகத்தின் பேரில் கைது செய்தார்கள்.

உடனடியாக ஹௌப்ட்மனின் கையெழுத்தை அலசினார் சார்லஸ் அப்பெல். 'சந்தேகமே இல்லை. இந்த ரெண்டு லெட்டர்கள்லயும் உள்ள கையெழுத்துகள் ஒத்துப்போகுது' என்றார்.

'இதை அப்படியே கோர்ட்ல வந்து சொல்வீங்களா?'

'நிச்சயமா!'

சார்லஸ் அப்பெல் வழங்கிய சாட்சியத்தின்பேரில் ஹௌப்ட்மன் செய்த குற்றங்கள் நிரூபிக்கப்பட்டன. அவனுக்கு மரண தண்டனை வழங்கப்பட்டது.

அமெரிக்கா முழுவதும் பரபரப்பாகப் பேசப்பட்ட லிண்ட்பெர்க் கடத்தல் வழக்குக்குப்பிறகு ப்யூரோவின் தொழில்நுட்ப ஆய்வகம் மிகப் பிரபலமாகிவிட்டது. பல வழக்குகளில் காவல்துறையினர் சார்லஸ் அப்பெலின் உதவியை நாடி வந்தார்கள்.

முக்கியமாக, கேங்ஸ்டார்கள் சம்பந்தப்பட்ட வழக்குகளில் தனி மனித சாட்சிகளையெல்லாம் பணம் அல்லது மிரட்டலை வைத்து மாற்றிவிடுவார்கள். அறிவியல்பூர்வமான ஆதாரங்கள் இருந்தால் அவர்களால் ஒன்றும் செய்யமுடியாது. இந்த விதத்தில் அமெரிக்காவின் 'தாதா' ஜுரம் குறைவதற்கு ப்யூரோ ஆற்றிய பங்களிப்பு மிக முக்கியமானது.

ஆரம்பத்தில் 'ஒன்-மேன்-ஷோ'வாக இயங்கிக்கொண்டிருந்த 'ப்யூரோ ஆஃப் இன்வெஸ்டிகேஷன் டெக்னிகல் லேப்' சார்லஸ் அப்பெலின் தொடர்ந்த முயற்சிகள், பிரபலம் காரணமாகப் பெரிதாக வளர ஆரம்பித்தது. கூடுதல் ஊழியர்கள், உபகரணங்கள், புதுப்புதுத் தொழில்நுட்பங்கள், தனிக் கட்டடம் என்று ஜோரான முன்னேற்றம்.

இதே காலகட்டத்தில் அநேகமாக எல்லா ஏஜென்ட்களும் தொழில்நுட்ப ஆய்வகத்தின் உதவியைப் பயன்படுத்திக் கொண்டார்கள். ப்யூரோவிலும் அதற்கு வெளியிலும் அதன் முக்கியத்துவம் கணிசமாக அதிகரித்தது.

கிட்டத்தட்ட இதே நேரத்தில்தான் இன்னொரு முக்கியமான மாற்றமும் நிகழ்ந்தது, 1935 ஜூலை 1ம் தேதி 'ப்யூரோ ஆஃப் இன்வெஸ்டிகேஷன்' என்கிற பெயருக்கு முன்னால் 'ஃபெடரல்' என்ற வார்த்தை ஒட்டிக்கொண்டது.

அதென்ன 'ஃபெடரல்'?

நம் ஊரில் 'மத்திய அரசு' என்று சொல்கிறோமே, கிட்டத்தட்ட அதேமாதிரியான ஓர் அமைப்பு அமெரிக்காவிலும் உண்டு.

ஒரு வித்தியாசம், அங்கே மாநிலங்களுக்கு அதிகாரம் அதிகம் ('யுனைடட் ஸ்டேட்ஸ் ஆஃப் அமெரிக்கா' என்ற பெயரைப் பார்த்தாலே புரியுமே!). ஆகவே 'மாநிலங்களுக்கெல்லாம் மேலே உசத்தியாக உள்ள அரசு' என்கிற அர்த்தத்தில் இல்லாமல் மாநிலங்களைத் தொகுத்த ஒரு கூட்டாட்சி என்ற பொருளில் அதனை 'ஃபெடரல் கவர்ன்மென்ட்' என்று அழைக்கிறார்கள். அமெரிக்க ஆட்சிமன்றமாகிய 'காங்கிரஸ்' இந்த அரசாங்கத்தின் ஓர் அங்கம்தான்.

இந்த ஃபெடரல் அரசாங்கத்தின் துப்பறியும் பிரிவாகத்தான் ப்யூரோ ஆஃப் இன்வெஸ்டிகேஷன் இயங்கிக்கொண்டிருந்தது. அதைக் குறிப்பிடும்வகையில் அதன் பெயரை 'Federal Bureau Of Investigation' (FBI) என்று மாற்றி அமைத்தார்கள். இன்றுவரை இந்தப் பெயர்தான் அவர்களுக்கு நிலைத்துள்ளது.

8. இரட்டைத் தலைவலி

முப்பதுகளின் மத்தியில் அமெரிக்காவுக்கு இரண்டு தலைவலிகள். ஒன்று கம்யூனிஸ்ட்களால். இன்னொன்று ஃபாசிஸ்ட்களால்.

1917ல் லெனின் தலைமையில் போல்ஷ்விக் அரசாங்கம் அமைந்தபோதே அமெரிக்காவுக்கு நமநமப்பு ஆரம்பமாகி விட்டது. அதன்பிறகு உள்ளூரில் யார் எந்தப் போராட்டம் செய்தாலும் 'ஒருவேளை பார்ட்டி கம்யூனிஸ்டா இருக்குமோ?' என்று சந்தேகமாகப் பார்க்க ஆரம்பித்தார்கள். ஏதோ ஒரு தொழிற்சாலையில் வேலை நிறுத்தம் நடந்தால் போதும். சோவியத் ரஷ்யா தன்னுடைய ஒற்றர்களின்மூலம் அமெரிக்காவில் மக்கள் புரட்சியைத் தூண்டிவிடப் பார்க்கிறதோ என்று அமெரிக்க அதிபர் நெஞ்சைப் பிடித்துக்கொண்டார்.

அடுத்தடுத்த வருடங்களில் அமெரிக்காவில் (நிஜமான) கம்யூனிஸ்ட்களின் எண்ணிக்கை அதிகமானதே தவிர குறையவில்லை. இவர்களில் யாருக்கெல்லாம் சோவியத் ரஷ்யாவுடன் தொடர்பு இருக்கிறது? அந்தத் தொடர்பை வைத்து அவர்கள் இங்கே என்ன செய்யப் பார்க்கிறார்கள்? இவர்கள் மூலமாக நம்முடைய ரகசியங்கள் திருடுபோகிறதா?

அல்லது அவர்களுடைய கொள்கைப் பிரசாரங்கள் இங்கே வருகிறதா? அமெரிக்க அரசாங்கத்துக்கு எதுவும் தெளிவாகப் புரியவில்லை.

ரஷ்யாவில் கம்யூனிஸ்ட் புரட்சி நடந்து பதினைந்து வருடங்கள் கழித்து ஜெர்மனியில் ஹிட்லரின் கை ஓங்க ஆரம்பித்தது. அவருடைய பேச்சுகளைக் கேட்கக் கேட்க 'இந்த ஆளுடைய ஆசைகள் ஜெர்மனி எல்லைக்குள் நின்றுவிடப்போவதில்லை' என்று எல்லோருக்கும் புரிய ஆரம்பித்தது.

அப்போது அமெரிக்காவிலும் ஏகப்பட்ட ஜெர்மன்காரர்கள் இருந்தார்கள். இவர்களில் ஹிட்லரின் 'நாஜி'க் கட்சி ஆதரவாளர்கள் யார்? அவர்களால் அமெரிக்காவுக்கு என்ன மாதிரி ஆபத்துகள் வரப்போகிறது? அடுத்த டென்ஷன் ஆரம்பமானது.

1934ம் வருடம். அமெரிக்க அதிபர் ஃப்ராங்க்ளின் டி ரூஸ்வெல்ட் எஃப்.பி.ஐ.யை அழைத்தார். 'அமெரிக்காவில் வாழும் ஜெர்மன்காரர்களைப்பற்றிக் கணக்கெடுக்கவேண்டும்' என்றார். 'முக்கியமாக, அவர்களில் யாருக்கெல்லாம் வெளிநாட்டு உளவாளிகளோடு தொடர்பு இருக்கிறது என்று ஆராயவேண்டும். அதுதவிர, அமெரிக்கர்களில் யாராவது அவர்களுக்கு விலைபோயிருந்தால் அதையும் கண்டுபிடிக்கவேண்டும்.'

அந்த வாக்கியத்தோடு ப்யூரோவின் முகம் மீண்டும் மாறியது. உள்ளூர்ச் சட்டமீறல் பேர்வழிகள், தாதாக்கள், கேங்க்லீடர்களைத் தாண்டி, இப்போது அவர்கள் இன்டர்நேஷனல் லெவல் கில்லாடிகளைத் துப்பறிய ஆரம்பித்துவிட்டார்கள்.

எஃப்.பி.ஐ. தலைவர் எட்கர் ஹூவர் ஒருகாலத்தில் நூலகராகப் பணியாற்றியவர். புத்தகங்களை வரிசைப்படுத்தி ஒழுங்கு செய்து தொகுப்பதில் நிபுணர். அந்தத் திறமையை அவர் அப்படியே ப்யூரோவுக்குக் கொண்டுவந்திருந்தார். முக்கியமாக அவர்களுடைய கைரேகைச் சேகரிப்புப் பிரிவும், குற்ற விவரங்களைத் தொகுக்கிற பிரிவும் மிகப் பிரமாதமான செயல்திறனுடன் இயங்கிக்கொண்டிருந்தன.

இப்போது அமெரிக்காவுக்கு பாதிப்பு உண்டாக்கப்பார்க்கும் வெளிநாட்டு சக்திகளைக் கண்டறிகிற முனைப்போடு வேலை செய்ய ஆரம்பித்தது எஃப்.பி.ஐ. அமெரிக்காவுக்குப் பிழைக்க வந்த ஜெர்மானியர்கள் யார் யார்? இங்கேயே பிறந்து வளர்ந்து செட்டிலாகிவிட்ட ஜெர்மன் குடும்பங்கள் எவை? அவர்களுடைய அரசியல் சார்பு என்ன? அவர்கள் யாருடனெல்லாம் நட்பு வைத்திருக்கிறார்கள்? அவர்களுடைய நடவடிக்கைகளில் ஏதேனும் சந்தேகத்துக்கு இடமாக இருக்கிறதா? அவர்கள் எங்கே, என்னமாதிரி வேலை செய்கிறார்கள்? இந்த வேலையின்மூலம் அவர்களுக்கு எந்தவிதமான விவரங்கள் தெரியவர வாய்ப்பு உண்டு? அந்தத் தகவல்களில் எவையேனும் வெளியே கசிந்தால் நம் நாட்டுக்குப் பாதிப்பு உண்டாகக்கூடுமா? ... இப்படி மொத்த ஜாதகமும் கவனமாகப் பதிவு செய்யப்பட்டது.

அடுத்து, இந்தத் தகவல்களின் அடிப்படையில் அமெரிக்கப் பாதுகாப்புக்கு ஊறு விளைவிக்கக்கூடிய ஜெர்மானியர்களின் பட்டியல் தயார் செய்யப்பட்டது. அவர்கள்மீது உடனடியாக எந்த நடவடிக்கையும் எடுக்கப்படவில்லை. ஆனால் எல்லோரும் கவனமாகக் கண்காணிக்கப்பட்டார்கள்.

ஜெர்மன் விஷயத்தில் எஃப்.பி.ஐ. காட்டிய சுறுசுறுப்பைப் பார்த்து அதிபர் ரூஸ்வெல்டுக்கு முழுத் திருப்தி. ‘இதேமாதிரி கம்யூனிஸ்ட்களையும் அலசித் தோய்ச்சுக் காயப் போட்டுடலாம்’ என்று அனுமதி கொடுத்துவிட்டார்.

முக்கியமான விஷயம், எஃப்.பி.ஐ. இப்படி ஜெர்மானியர்கள், ரஷ்யர்களைக் கவனித்துச் சந்தேகத்துக்கு இடமானவர்களைப் பட்டியல் போட்டுக்கொண்டிருந்த நேரம், இரண்டாவது உலகப் போர் ஆரம்பமாகியிருக்கவில்லை. ஒருவேளை இன்னோர் உலகப் போர் வந்தாலும் அதில் அமெரிக்கா ஈடுபடுமா என்று யாருக்கும் தெரிந்திருக்கவில்லை.

ஆகவே, ப்யூரோ திரட்டிய தகவல்கள் அனைத்தும் உள்நாட்டுப் பாதுகாப்புக்காகமட்டுமே சேமித்துவைக்கப்பட்டன. மிகச் சில சூழ்நிலைகளில் வெளிநாட்டு ஒற்றர்கள் / உளவாளிகள்

ஏதேனும் பெரிதாகச் செய்து மாட்டிக்கொள்வார்கள். அப்போது எஃப்.பி.ஐ.யும் காவல்துறையும் நேரடியாகத் தலையிட்டு அவர்களைக் கைது செய்து உள்ளே தள்ளுவார்கள். மற்றபடி ஜஸ்ட் கம்யூனிஸ்ட் / ஃபாசிஸ்ட் அனுதாபத்தோடுமட்டும் இருக்கிறவர்கள்மீது நடவடிக்கை எதுவும் எடுக்கப்படவில்லை. 'ஏதாவது வம்பு வந்தால் பார்த்துக்கொள்ளலாம்' என்பதுதான் அப்போதைய அமெரிக்க அரசாங்கத்தின் மனோநிலையாக இருந்தது.

1939ம் வருடம். இரண்டாம் உலகப் போர் தொடங்கியது. ஹிட்லரின் படைகள் அதிவேகமாக முன்னேறி ஐரோப்பாவின் பெரும்பகுதியை ஆக்கிரமிக்கத் தொடங்கின. அவரோடு முசோலினியின் இத்தாலியும் கூட்டுச் சேர்ந்துகொண்டது. சற்றுத் தொலைவிலிருந்து அவர்களுக்கு ஆதரவு கொடுத்தது ஜப்பான்.

அமெரிக்கா உஷாரானது. தாற்காலிகமாக கம்யூனிஸ்ட் ஜுரத்துக்கு ஓய்வு கொடுத்தார்கள். அமெரிக்காவில் இருக்கும் ஜெர்மானியர்கள், இத்தாலியர்கள் மற்றும் ஜப்பானியர்களைப்பற்றிய முழு விவரங்களோடு எஃப்.பி.ஐ. தயாரானது.

இப்போதும் அவர்கள் நடவடிக்கை எடுக்கவில்லை. ஹிட்லரும் முசோலினியும் ஜப்பானியர்களும் ஐரோப்பாவில் ஆசியாவில் என்னவோ செய்துவிட்டுப்போகட்டும். நம்மைத் தொந்தரவு செய்யாமல் இருந்தால் சரி!

ஆனால் அமெரிக்காவால் ரொம்பநாள் அப்படி ஒதுங்கியிருக்கமுடியவில்லை. ஜப்பான் பேர்ல் ஹார்பரில் குண்டுவீசியதும் அவர்களும் போரில் குதித்தார்கள். கடைசியில் அதே ஜப்பான்மீது இரண்டு அணுகுண்டுகளை வீசி நாசம் பண்ணிவிட்டுத்தான் ஓய்ந்தார்கள். அமெரிக்கா இரண்டாவது உலகப் போரில் குதித்தவுடனேயே எஃப். பி.ஐ. முழுவேகத்தில் செயல்பட ஆரம்பித்தது. ஏற்கெனவே அவர்கள் தயாரித்துவைத்திருந்த 'அந்நியர்' பட்டியலின்படி

சந்தேகத்துக்கு இடமான நபர்கள் சுற்றி வளைக்கப்பட்டார்கள். மூன்றே நாள்களில் கிட்டத்தட்ட நான்காயிரம் பேர் கைது செய்யப்பட்டார்கள்.

இதற்குக் கொஞ்சநாள் முன்பாக, அதிபர் ரூஸ்வெல்ட் ப்யூரோவுக்கு இன்னொரு புதிய வேலையைக் கொடுத்திருந்தார். 'நீங்கள் உள்நாட்டுக்குள் சேவை செய்தால் போதாது. வெளியிலிருந்து ஏதாவது ஆபத்து வருகிறதா என்பதையும் கவனிக்கவேண்டும்!'

அமெரிக்காவின் விரோதிகள் உள்நாட்டில் வந்துதான் கலாட்டா செய்யவேண்டும் என்று எந்த அவசியமும் இல்லை. சுற்றுவட்டாரத்தில் இருக்கிற மற்ற நாடுகளில் உட்கார்ந்தபடி இங்கே குழப்பம் உருவாக்கலாம். ரகசியத் தகவல்களைச் சேகரித்துத் தங்களுடைய மேலிடத்துக்கு அனுப்பிவைக்கலாம்.

இதுமாதிரி நடவடிக்கைகளைத் தடுப்பதற்காக 1940 ஜூன் மாதம் '*Special Intelligence Service*' என்ற புதிய பிரிவு உருவாக்கப்பட்டது. இந்தப் பிரிவில் சேர்ந்த எஃப்.பி.ஐ. ஏஜென்ட்கள் அமெரிக்க எல்லைக்கு அருகில் இருக்கும் மற்ற நாடுகளில் எதிரிகளுடைய நடமாட்டத்தைக் கண்காணிக்கும் முயற்சிகளில் ஈடுபட்டார்கள்.

கடந்த முப்பது ஆண்டுகளுக்கும் மேலாக உள்நாட்டு விவகாரங்களைமட்டும் கவனித்துக்கொண்டிருந்த எஃப். பி.ஐ.க்கு இதுபோல் வெளியே சென்று துப்பறிவதில் சுத்தமாகப் பயிற்சியோ அனுபவமோ இல்லை. அமெரிக்க எல்லைக்கு வெளியே இதுமாதிரி ரகசிய நடவடிக்கைகளில் ஈடுபட்டால் விசாரணை, தகவல் திரட்டுதல், புகைப்படம் எடுத்தல், ஆவணங்களைப் பிரதியெடுத்தல், அவற்றைப் பத்திரமாக அமெரிக்காவுக்கு அனுப்பிவைத்தல், உள்ளூரில் உதவக்கூடியவர்களைக் கண்டுபிடிப்பது, அவர்களுக்குப் பணம் வரவழைத்துக் கொடுப்பது என்று எல்லாவற்றிலும் ரிஸ்க் அதிகம். மாட்டிக்கொள்ளாமல் வேலை செய்வதற்கு, ஒருவேளை மாட்டிக்கொண்டுவிட்டால் சமாளிப்பதற்கு என்று அவர்களுக்கு நிறையப் பயிற்சி தேவைப்பட்டது.

ப்யூரோ ஏஜென்ட்கள் இந்தச் சவாலைப் பிரமாதமாக எதிர்கொண்டார்கள். பல்வேறு நாடுகளின் அரசியல் தன்மை, கலாசாரம் போன்றவற்றைப் புரிந்துகொண்டு அங்கே தங்களுடைய ஸ்பெஷல் உளவாளிகளை உட்காரவைத்தார்கள். அங்கிருக்கும் அமெரிக்கப் பிரஜைகள் மற்றும் உள்ளூர்க்காரர்களுடன் பேசிப் பணமோ வேறு சவுகர்யங்களையோ கொடுத்து வளைத்துப்போட்டார்கள். இதன்மூலம் அந்த நாடுகளில் ஜெர்மன் அல்லது அதன் நட்பு நாடுகளுடைய உளவு நடவடிக்கைகள் இருக்கின்றனவா என்று கண்டறிந்து அமெரிக்காவுக்குத் தகவல் அனுப்பினார்கள்.

1940 தொடங்கி அடுத்த ஆறு வருடங்களுக்குள் Special Intelligence Service பிரிவு இப்படி அனுப்பிவைத்த தகவல்களின் அடிப்படையில் பல நூறு அன்னிய உளவாளிகளும் மற்றவிதமான போர்க் குற்றங்களைச் செய்தவர்களும் அடையாளம் காணப்பட்டார்கள். அவர்கள் பயன்படுத்திய ரேடியோ சாதனங்கள் பறிமுதல் செய்யப்பட்டன.

சில சமயங்களில் எஃப்.பி.ஐ. இன்னும் ஒரு படி மேலே சென்றது. எதிரி நாட்டு உளவாளிகளிடமிருந்து கைப்பற்றிய ரேடியோ சாதனங்களை வைத்து அவர்களுக்கு டுபாக்கூர் செய்திகளை அனுப்பிவைத்துக் குழப்பினார்கள். பல சமயங்களில் நாஜிப் படைகள் இந்தச் செய்திகளை நம்பித் தவறான வழியில் சென்று அமெரிக்கர்களின் வலையில் போய் விழுந்தார்கள்.

இதனால் ஒருகட்டத்தில் நாஜித் தலைவர்களுக்குத் தங்களுடைய (உண்மையான) ஏஜென்ட்கள் அனுப்பும் செய்திகளின்மீதே சந்தேகம் வந்துவிட்டது. உலகம்முழுவதும் ஜெர்மானியர்கள் உருவாக்கியிருந்த உளவு நெட்வொர்க் இந்தக் குழப்பத்தால் அவ்வளவாகப் பிரயோஜனப்படாமலேபோய்விட்டது.

அதேநேரம் அமெரிக்க எல்லைக்குள்ளும் ஜெர்மன் அல்லது அதன் கூட்டாளி நாடுகளுடைய உளவாளிகள் நுழைந்துவிடாதபடி பார்த்துக்கொண்டது எஃப்.பி.ஐ. அவர்களுடைய சந்தேகப் பட்டியலில் இருந்தவர்கள்

தொடர்ந்து கண்காணிக்கப்பட்டார்கள். அவர்கள் அரை இஞ்ச் தவறான திசையில் திரும்பினாலும் உடனே பிடித்து உள்ளே தள்ளினார்கள்.

இதுதவிர, அமெரிக்கப் பொதுமக்களுக்கும் எஃப்.பி.ஐ. ஒரு கோரிக்கை வைத்திருந்தது. 'நாம் எல்லோருமே உளவாளிகளைப்போல், ராணுவ வீரர்களைப்போல் கவனமாக இருக்கவேண்டிய நேரம் இது. எப்போதும் கண்களைக் காதுகளைத் திறந்து வைத்திருங்கள். உங்களுடைய சுற்றுப்புறங்களில் உள்ளவர்கள், குறிப்பாக வெளிநாட்டுக்காரர்கள் யாராவது சந்தேகத்துக்கு இடமாக ஏதாவது செய்வதுபோல் தெரிந்தால் உடனடியாக எங்களைத் தொடர்புகொள்ளுங்கள்.'

ப்யூரோ புள்ளி வைத்தால் அமெரிக்க மக்கள் கோலம் போட்டுக் கலர் பூசிவிட்டார்கள். அடுத்த நாள் தொடங்கி அவர்களுடைய தொலைபேசிகள் தொடர்ந்து ஒலிக்க ஆரம்பித்தன. ஆயிரக்கணக்கான அழைப்புகள், புகார்கள், குற்றச்சாட்டுகள், வீரம் பொங்கும் பேச்சுகள், பயம் கலந்த அலறல்கள், கெஞ்சல்கள், இன்னும் என்னென்னவோ.

எஃப்.பி.ஐ. எந்தத் தொலைபேசி அழைப்பையும் அலட்சியப் படுத்தவில்லை. ஒவ்வொன்றையும் கவனமாக விசாரித்து அது சரியா, தவறா என்று நிச்சயமாகத் தெரிந்துகொண்டார்கள். சந்தேகத்துக்கு இடமானவர்களைக் கண்காணிப்புப் பட்டியலில் சேர்த்தார்கள். அல்லது, கைது செய்தார்கள்.

இதுபோன்ற முன்னெச்சரிக்கை நடவடிக்கைகள் காரணமாக, உலகப் போர் காலகட்டம் முழுவதும் அமெரிக்காவில் குறிப்பிட்டுச் சொல்லும்படியான எந்த உளவு விவகாரங்களும் இல்லை. அவர்களுடைய ராணுவ ரகசியங்களும் போர் முன்னேற்பாடுகளும் வேறு எந்த நாட்டிலும் இல்லாத அளவுக்குப் பத்திரமாகக் காக்கப்பட்டன.

இந்த நேரத்தில் ஜெர்மனி என்ன செய்துகொண்டிருந்தது? அமெரிக்கா என்னவோ செய்துகொள்ளட்டும் என்று சும்மா இருந்துவிட்டார்களா?

அப்படி விடமுடியுமா? ஏதாவது ஒரு வழியில் அமெரிக்காவுக்குள் ஊடுருவியே தீரவேண்டும் என்கிற முனைப்போடு அவர்களும் பல உளவாளிகளைத் தயார் செய்து வெவ்வேறு வழிகளில் அனுப்பிவைத்தார்கள். ஆனால் ஒவ்வொருமுறையும் இவர்கள் தங்களுடைய அனுபவக்குறைவு காரணமாக நேரடியாக எஃப்.பி.ஐ.யின் வலையில் போய்ச் சிக்கினார்கள். அல்லது, இவர்களுடைய சந்தேகத்துக்கு இடமான நடவடிக்கைகளைப் பார்த்த பொதுமக்கள் ப்யூரோவிடம் போட்டுக் கொடுத்துவிட்டார்கள்.

உதாரணமாக, 1942 ஜூன் 12ம் தேதி ஜெர்மன் நீர்மூழ்கிக் கப்பல் ஒன்று அமெரிக்காவை (நியூ யார்க் லாங் அயலாண்ட்) நெருங்கியது. அதனுள் நான்கு உளவாளிகள் இருந்தார்கள்: ஜார்ஜ் டாஷ்ச், எர்னெஸ்ட் பர்கர், ஹெய்ன்ரிச் ஹெய்ன்க், ரிச்சர்ட் க்விரின்.

நள்ளிரவு கடந்து சிறிது நேரம் கழித்து அவர்கள் கரையேறினார்கள். ராணுவ உடையைக் கழற்றிவிட்டு வேறு சாதாரண ஆடைகளை அணிந்துகொண்டார்கள். ஏற்கெனவே திட்டமிட்டிருந்தபடி தங்களுடைய அடுத்தகட்ட நடவடிக்கைகளுக்கான ஏற்பாடுகளைச் செய்ய ஆரம்பித்தார்கள்.

ஒரே பிரச்னை, அவர்கள் நினைத்த அளவு அமெரிக்கா ஏமாளியாக இல்லை. எல்லைப்புறக் கடல் பகுதிகள் அனைத்திலும் பலத்த பாதுகாப்புக்கு ஏற்பாடு செய்யப்பட்டிருந்தது. அந்தக் கடற்கரையை ரோந்து சுற்றிவந்த காவலர் ஒருவர் இந்த நால்வரையும் பார்த்துவிட்டார். அவர்களிடம் ஆயுதங்கள் இருப்பதையும் கவனித்துவிட்டார்.

உடனடியாக மேலிடத்துக்குத் தகவல் பறந்தது. அவர்கள் நிகழ்த்திய பரிசோதனையில் பல ஆயுதங்கள், உபகரணங்கள், ஆடைகள் கண்டறியப்பட்டன. இதன்மூலம் வந்திருப்பது ஜெர்மானியர்கள்தான் என்பது உறுதியானது. இந்த விவரங்கள் அனைத்தும் எஃப்.பி.ஐ.க்கு அனுப்பப்பட்டன. தேடல் வேட்டை தொடங்கியது.

அதேநேரம் ஃப்ளோரிடா வழியே மேலும் நான்கு ஜெர்மன் ஏஜென்ட்கள் அமெரிக்காவுக்குள் நுழைந்திருந்தார்கள். அதே வேகத்தில் இருந்த இடம் தெரியாமல் பதுங்கிவிட்டார்கள்.

இவர்களையெல்லாம் தேடிக்கொண்டிருந்த எஃப்.பி.ஐ. ஏஜென்ட்களும் பரம ரகசியமாக வேலை பார்த்தார்கள். பொதுமக்கள் மத்தியில் அநாவசியக் கலவரத்தை ஏற்படுத்தி விடாதபடி அந்த நாஜி ஏஜென்ட்களைப் பிடித்துவிடவேண்டும் என்பதுதான் அவர்களுடைய திட்டம்.

இதற்குள், ஜெர்மனியிலிருந்து இங்கே புகுந்த ஜார்ஜ் பாஷ்ச் என்ற உளவாளிக்குத் தன்னுடைய சொந்த ராணுவத்தின்மீதே வெறுப்பு ஏற்பட்டிருந்தது. அல்லது, அமெரிக்கக் கெடுபிடிகளைப் பார்த்துப் பயந்துவிட்டார். கட்சி மாறிவிடலாம் என்று தீர்மானித்துவிட்டார்.

அப்புறமென்ன? நழுவி வந்து விழுந்த பழத்தை எஃப்.பி.ஐ. ஏஜென்ட்கள் பாலில் தோய்த்துச் சாப்பிட்டார்கள். ஜார்ஜ் பாஷ்ச் கொடுத்த தகவல்களின் அடிப்படையில் ஜெர்மன்காரர்கள் அனுப்பிவைத்த எட்டு ஏஜென்ட்களும் கைது செய்யப்பட்டார்கள்.

இந்தச் சம்பவம் ஒரு சிறிய உதாரணம் மட்டுமே. இதுபோலப் பல சந்தர்ப்பங்களில் ஜெர்மன் மற்றும் அதன் நட்பு நாடுகளுடைய உளவாளிகளை மடக்கிப் பிடித்திருக்கிறது ப்யூரோ. இதனால் அந்த 'பேர்ல் ஹார்பர் தாக்குதல்'க்குப்பிறகு இரண்டாம் உலகப் போரினால் அவர்களுக்குப் பெரிய அபாயமோ பாதிப்போ எதுவுமே இல்லை.

நாற்பதுகளின் மத்தியில் ஹிட்லர் வீழ்ந்தார். முசோலினியும் வீழ்ந்தார். ஹிரோஷிமா, நாகசாகி சம்பவங்களுக்குப்பிறகு ஜப்பானும் அடிபணிந்துவிட்டது. ஏராளமான உயிர்களைப் பலி வாங்கிய இரண்டாம் உலகப் போர் முடிவுக்கு வந்தது.

இந்தப் போரினால் எஃப்.பி.ஐ.யில் நிறைய விஷயங்கள் மாறியிருந்தன, முக்கியமாக அதன் அளவு. 1940ல் 2400

உறுப்பினர்களைக் கொண்டிருந்த ப்யூரோ அடுத்த நான்கு வருடங்களில் ஐந்து மடங்காகப் பெருகிவிட்டது.

அதேசமயம் இந்த வளர்ச்சி வெறும் வீக்கமாக இல்லை. அநேகமாக எல்லா எஃப்.பி.ஐ. ஏஜென்ட்கள், ஊழியர்களுக்கும் போர்க் கால நடவடிக்கைகளால் பிரமாதமான பயிற்சி கிடைத்திருந்தது. ப்யூரோவின் செயல்திறன் பலமடங்கு உயர்ந்திருந்தது.

ஆனால், போர் முடிந்துவிட்ட சூழ்நிலையில், அமைதிக் காலத்தில் இத்தனை எஃப்.பி.ஐ. ஏஜென்ட்கள் தேவையா? அல்லது மறுபடியும் ஆள்குறைப்பு செய்யவேண்டுமா?

அதற்கு அவசியமே இல்லாதபடி இன்னொரு போர் வந்தது. இந்தமுறை, அமெரிக்காவின் பழைய சிநேகிதர்களே அவர்களுக்கு எதிரிகளாக வந்தார்கள்!

9. புதிய எதிரி

சார்லி சாப்ளினின் 'மாடர்ன் டைம்ஸ்' படம் பார்த்திருக்கிறீர்களா? அதில் ஒரு சுவாரஸ்யமான நகைச்சுவைக் காட்சி:

சாப்ளின் தெருவில் அப்பாவியாக நடந்துகொண்டிருக்கிறார். அவருக்குமுன்னே ஒரு டிரக் கடந்து செல்கிறது. அந்த வண்டியில் ஒரு சிவப்புக் கொடி கட்டியிருக்கிறது. சாப்ளின் பார்த்துக்கொண்டிருக்கும்போதே அந்தக் கொடி தவறிக் கீழே விழுந்துவிடுகிறது.

உடனே சாப்ளின் அந்தக் கொடியைக் கையில் எடுத்துக் கொள்கிறார். அந்த வண்டியின் ஓட்டுனரைச் சத்தமாகக் கத்தி அழைக்கிறார்.

ஆனால் சாப்ளின் எவ்வளவு கத்தினாலும் அந்த ஓட்டுனருக்குக் கேட்கவில்லை. வண்டியை நிறுத்தாமல் போய்க் கொண்டிருக்கிறார். ஆகவே எப்படியாவது இந்தக் கொடியை அவரிடம் சேர்த்துவிடவேண்டும் என்கிற எண்ணத்துடன் கொடியைக் கையில் ஏந்திக்கொண்டு விறுவிறுவென்று அந்த வண்டியின் பின்னே ஓடுகிறார் சார்லி சாப்ளின்.

இப்படிக் கையில் சிவப்புக் கொடியோடு சாப்ளின் ஓடிக்கொண்டிருக்க, அதைப் பார்த்து ஏதோ போராட்டம் என்று நினைத்துக்கொண்டு அவருக்குப்பின்னே ஒரு பெரிய தொழிலாளர் கூட்டமே சேர்ந்துவிடுகிறது. அவருக்கே தெரியாமல் சாப்ளின் ஒரு பெரிய ஊர்வலத்தின் தலைவராகிவிடுகிறார்!

இது ஒரு வேடிக்கையான கற்பனைக் காட்சிதான். ஆனால் நிஜ வாழ்க்கையில் கிட்டத்தட்ட இதேபோன்றதொரு தவறான புரிதலும் சில 'பெரிய' மனிதர்களின் திட்டமிட்ட குற்றம்சாட்டுதலும் சார்லி சாப்ளினின் வாழ்க்கையையே தலைகீழாகத் திருப்பிப்போட்டுவிட்டது.

அது சரி. எஃப்.பி.ஐ.பற்றிய சரித்திரத்தில் திடீரென்று சார்லி சாப்ளின் எதற்கு வந்தார்?

காரணம் இருக்கிறது. மேலே படியுங்கள்.

இங்கிலாந்தில் பிறந்த சார்லி சாப்ளின் பிழைப்புத் தேடி அமெரிக்கா வந்தார். இங்கே சினிமாவில் நுழைந்து பெரிய ஆளாகிவிட்டார்.

ஆரம்பகாலத்திலிருந்தே சார்லி சாப்ளினின் படங்கள் சில குறிப்பிட்டவகை மனிதர்களைப்பற்றிதான் பேசிவந்தன. அவருடைய படங்களில் அடிக்கடி வருகிறவர்கள் யார்? நல்லவர்களாகவும் கெட்டவர்களாகவும் சித்தரிக்கப்படுகிறவர்கள் யார்? பொதுவாக அவர்களுக்கு என்னென்ன பிரச்சனைகள் இருப்பதாகச் சொல்லப்படுகின்றன? இந்தப் படங்களின்மூலம் அந்தப் பிரச்சனைகளுக்கு சார்லி சாப்ளின் தருகிற தீர்வுகள் என்னென்ன? ... இந்தக் கோணத்தில் சிந்திக்கும்போது ஒரு விஷயம் தெளிவாய்ப் புரியும்:

சாப்ளினின் படங்களில் வருகிறவர்கள் பெரும்பாலும் வாழ்க்கையின் அடிமட்டத்தில் வாழும் ஏழைகளாக இருக்கிறார்கள். வீடு, உணவு, உடைகள் போன்ற அடிப்படை வசதிகள்கூட இல்லாமல் வறுமையில் வாடுகிறவர்களாக இருக்கிறார்கள். இவர்களுடைய அன்றாடப் பிரச்சனைகளைதான் இயல்பான நகைச்சுவை கலந்து தருகிறார் சாப்ளின்.

இதற்கு முக்கியமான காரணம், இளம்வயதில் சார்லியும் அவருடைய குடும்பத்தினரும் அனுபவித்த வறுமைக் கொடுமைகள்தான். அந்த அனுபவங்களின் அடிப்படையில்தான் கீழ்த்தட்டு மக்களின் வாழ்க்கையைப் படம்பிடிக்கத் தொடங்கினார் சாப்ளின்.

ஆனால் ஏழைகளைப்பற்றிப் பேசும்போது ஓர் ஒப்பீட்டுக்காகவேனும் சமூகத்தின் மேல்தளங்களில் இருக்கிற பணக்காரர்களைப்பற்றியும் சொல்லவேண்டியிருக்கிறது. அவர்களிடம் 'ஏராளமாக உள்ளதை'க் காண்பிக்கும்போதுதான் இவர்களிடம் 'கொஞ்சமும் இல்லாத' கொடுமை நன்றாகப் புரியும்.

சாப்ளினின் யதார்த்தமான இந்தச் சிந்தனைதான் அவர்மீது ஒரு 'கம்யூனிஸ்ட்' முத்திரை விழக் காரணமாகிவிட்டது.

1920களிலிருந்தே சார்லி சாப்ளினின் ஒவ்வொரு படமும் எஃப்.பி.ஐ.யின் முக்கிய அதிகாரிகளால் கழுகுப் பார்வையோடு கண்காணிக்கப்பட்டது. இவர் ஏழைகளுக்கு ஆதரவாகக் கொடி பிடிக்கிறாரா? பணக்கார வர்க்கத்துக்கு எதிராகப் போரிடும்படி ஏழைகளைத் தூண்டிவிடுகிறாரா என்றெல்லாம் கண்ணில் விளக்கெண்ணெய் ஊற்றிக்கொண்டு தீவீரமாக ஆராய்ந்தது ஒரு குழு.

இத்தனைக்கும் அப்போது சார்லி சாப்ளின் எடுத்துக்கொண்டிருந்த ஒவ்வொரு திரைப்படமும் நகைச்சுவைக்கு முக்கியத்துவம் தந்து உருவாக்கப்பட்டதுதான். ஆனால் அந்தச் சிரிப்புக்கு நடுவே அவர் ஒரு பெரிய புரட்சிக்குத் திட்டமிட்டுக்கொண்டிருக்கிறாரோ என்று அரசாங்கத்துக்குச் சந்தேகம். 'இந்தாள்மேல ஒரு பார்வை இருக்கட்டும்' என்று பொறுப்பை ப்யூரோவிடம் ஒப்படைத்திருந்தார்கள்.

அவர்களின் சந்தேகத்திலும் கொஞ்சம் நியாயம் இருந்தது. சினிமா என்கிற வலுவான ஊடகத்தின்மூலம் அரசுக்கு எதிரான கருத்துகள் பரப்பப்பட்டால் அவை பெரும்பான்மை மக்களை

எளிதாகச் சென்று சேர்ந்துவிடும். அவர்களைச் சுலபமாகத் திசைதிருப்பிவிடும். (தமிழ்நாட்டில் எம்ஜிஆரும் ஆந்திராவில் என்டிஆரும் மக்கள் ஆதரவைத் திரட்டி ஆட்சிக்கு வந்தது இப்படித்தான்!)

அந்தக் காலத்தில் சார்லி சாப்ளினைப்போன்ற ஒரு பிரபலம் அரசை விமர்சிப்பதுபோல் ஏதேனும் செய்தால் அவ்வளவுதான். அவருடைய ரசிகர்களும் பொதுமக்களும் அதைக் கேள்விகேட்காமல் ஏற்றுக்கொண்டுவிடுவார்கள் என்று அரசாங்கம் பயந்தது.

ஆகவே சாப்ளினின் ஒவ்வோர் அசைவுக்கும் ஏதேனும் உள்நோக்கம் உள்ளதா என்று ப்யூரோவில் ஒரு கும்பலே தேடிக்கொண்டிருந்தது. ஒரு படத்தில் அவர் தன் முதலாளியின் மூக்கில் குத்திச் சிரிப்புமூட்டினால் 'உலகத் தொழிலாளர்களே ஒன்றுகூடுங்கள்! உங்கள் முதலாளிகளின் மூக்கில் குத்துங்கள்!' என்று அவர் எல்லோரையும் தூண்டிவிட முயற்சி செய்வதாக அவர்கள் குறிப்பெழுதினார்கள்.

கேட்பதற்கு நமக்குக் காமெடி கதைபோல அதீத மிகைப்படுத்துதலாகத் தோன்றுகிறது. ஆனால் இவை அத்தனையும் நிஜத்தில் நடந்தது. கிட்டத்தட்ட இருபது வருடங்களுக்கு சார்லி சாப்ளினின் ஒவ்வொரு படத்தையும், ஒவ்வொரு நடவடிக்கையையும் உன்னிப்பாகக் கண்காணித்து, அவரோடு நெருங்கிப் பழகிய நண்பர்கள், உறவினர்களிடம் விசாரணை நடத்தி, சாப்ளின்மீது பல்வேறு ஊகங்களும் குற்றச்சாட்டுகளும் எழுப்பப்பட்டன.

ஆனால் இந்த விசாரணைகள், விஷயங்கள் எவையும் வெளியே தெரியவில்லை. ஏனெனில் சார்லி சாப்ளின் ஒரு கம்யூனிஸ்ட் என்று சந்தேகத்திற்கு இடமின்றி நிரூபிக்க அவர்களிடம் எந்த ஆதாரமும் இருக்கவில்லை. இப்படி வெறும் ஊகங்களின் அடிப்படையில் அவர்மீது குற்றம் சாட்டினால் அதுவும் ஒரு புதிய 'காமெடி' என்று நினைத்துக்கொண்டு மக்கள் விழுந்து விழுந்து சிரிப்பார்கள்.

ஆகவே நேரடியாக சாப்ளினைத் தாக்குவதற்கு ஒரு நல்ல சந்தர்ப்பத்தை எதிர்பார்த்துக்கொண்டிருந்தது எஃப்.பி.ஐ. ஒன்றில்லை இரண்டில்லை கிட்டத்தட்ட இருபது வருடங்கள் பொறுமையாய்க் காத்திருந்தபிறகு அவர்கள் எதிர்பார்த்ததுபோல் காக்கை உட்கார்ந்தது, பனம்பழம் விழுந்தது.

அதுவும் ஒன்றில்லை, இரண்டு பனம்பழங்கள்!

முதலாவதாக 1940ம் ஆண்டு சார்லி சாப்ளினின் 'தி க்ரேட் டிக்டேட்டர்' திரைப்படம் வெளியானது. இந்தப் படம் அப்போது உலக அரங்கில் பரபரப்பாக இருந்த ஹிட்லரின் நடவடிக்கைகளைக் கிண்டலடித்தது.

சார்லி சாப்ளினைப்போலவே ஹிட்லருக்கும் டூத் பிரஷ் மீசைதான். இன்னும் அவர்களுக்கிடையே பல முக ஒற்றுமைகள் உண்டு. இதைக் கவனித்த அலெக்ஸாண்டர் கோர்டா என்ற நண்பர் 'ஹிட்லரைப்பத்தி ஒரு நகைச்சுவைப் படம் எடுக்கலாமே' என்று சாப்ளினுக்கு யோசனை சொன்னார்.

சாப்ளினுக்கும் இந்த ஐடியா சட்டென்று பிடித்துவிட்டது. அதை விரிவுபடுத்திக் கலகலப்பான இந்தப் படத்தை எழுதி இயக்கினார்.

நாட்டையே கதிகலங்கச்செய்துகொண்டிருக்கிற ஒரு சர்வாதிகாரி. இன்னொரு முடிதிருத்தும் தொழிலாளி. இவர்கள் இருவரும் கிட்டத்தட்ட ஒரேமாதிரி உருவ அமைப்பைக் கொண்டவர்கள். இதனால் ஏற்படுகிற ஆள்மாறாட்டமும் அதுதொடர்பான குழப்பங்களும்தான் இந்தப் படத்தின் கதை. போருக்கு எதிராக ஒரு வலுவான செய்தியைச் சொல்லி முடியும் படம் இது.

இந்த 'பிரசாரம்'தான் சாப்ளினுக்கு எதிராகக் கொம்பு தீட்டிக்கொண்டிருந்தவர்களுக்கு அல்வா சாப்பிட்டது போலாகிவிட்டது. 'சார்லி சாப்ளின் வெறும் காமெடியன் இல்லை. அவருக்கு வேறு சில அரசியல் நோக்கங்கள் இருக்கின்றன' என்று அவர்கள் பகிரங்கமாகப் பேசத்தொடங்கினார்கள்.

அடுத்து 1942ம் ஆண்டு ஜோன் பெர்ரி என்ற பெண் சார்லி சாப்ளின்மீது ஒரு வழக்குப் பதிவு செய்தார். 'நான் இப்போது கர்ப்பமாக இருக்கிறேன். பிறக்கப்போகும் என்னுடைய குழந்தைக்கு சார்லி சாப்ளின்தான் அப்பா!'

இந்த விஷயத்தைக் கேள்விப்பட்டதும் எஃப்.பி.ஐ. விழித்துக்கொண்டது. சார்லி சாப்ளின் ஏற்கெனவே இரண்டு முறை பதினாறு வயது இளம்பெண்களைத் திருமணம் செய்துகொண்டிருக்கிறார். இப்போது இன்னொரு பெண் விவகாரத்தில் வசமாக மாட்டிக்கொண்டிருக்கிறார். இந்தச் சந்தர்ப்பத்தைப் பயன்படுத்தி அவரை ஒரு வழி பண்ணிவிடவேண்டும் என்று முடிவுகட்டிக்கொண்டு உப்புப்பெறாத ஜோன் பெர்ரி வழக்கில் எஃப்.பி.ஐ. நேரடியாகத் தலையிட்டது.

ஜோன் பெர்ரி தொடுத்த இந்த வழக்கிற்கும் சாப்ளின் கம்யூனிஸ்டா இல்லையா என்கிற விவகாரத்துக்கும் எந்தச் சம்பந்தமும் இல்லை. ஆனால் எப்படியாவது மக்களிடையே சாப்ளினுக்கு இருக்கிற செல்வாக்கைக் குறைத்து அவர்கள் மனதில் சாப்ளினைப் பற்றிச் சில சந்தேகங்களை உண்டாக்கிவிட்டால் போதும். பிறகு அவரைப்பற்றி என்ன குற்றச்சாட்டு சொன்னாலும் அதே சந்தேகக் கண்ணோடுதான் மக்கள் அதை அணுகுவார்கள். இதுதான் அரசாங்கத்தின் ரகசியத் திட்டம்.

ஆகவே இந்த வழக்கின் முக்கியத்துவத்தை அதிகரிக்கும்வகையில் சாப்ளின்மீது பலவிதமான புதிய குற்றச்சாட்டுகள் எழுப்பப்பட்டன. இளம்வயதுச் சிறுமிகளை வலுக்கட்டாயமாகக் கடத்திச்சென்று பாலுறவில் ஈடுபட்டார் என்றெல்லாம் அவர்மீது அவதூறு கிளம்பியது. பத்திரிகைகளும் பிற ஊடகங்களும் அவர்மீது தொடர்ந்து அவதூறு கிளப்பின.

ஜோன் பெர்ரி விவகாரத்தில் சார்லி சாப்ளின் குற்றவாளியா இல்லையா என்று தீர்மானிப்பதற்கு அந்தக் காலத்தில் டி.என்.ஏ. பரிசோதனையெல்லாம் இல்லை. ஆகவே ஜோன் பெர்ரிக்கு

ஒரு பெண் குழந்தை பிறந்தபின் ரத்தப் பரிசோதனைக்கு உத்தரவிட்டது நீதிமன்றம்.

ரத்தப் பரிசோதனையின் முடிவுகள் சார்லி சாப்ளினுக்கு ஆதரவாகவே வந்தன. அவர் இந்தக் குழந்தையின் அப்பாவாக இருக்கமுடியாது என்று மருத்துவரீதியில் நிரூபிக்கப்பட்டுவிட்டது.

ஆனால் நீதிமன்றம் இந்த நிரூபணத்தை முழுமையாக ஏற்கவில்லை. சாப்ளினுக்கு எதிராகத் தீர்ப்பு வழங்கப்பட்டது. அந்தக் குழந்தையை வளர்ப்பதற்கான செலவை சார்லி சாப்ளின்தான் ஏற்கவேண்டும் என்று உத்தரவிடப்பட்டது.

எஃப்.பி.ஐ. எதிர்பார்த்ததுபோல், இந்த வழக்கின்மூலம் சார்லி சாப்ளினின் பெயர் ரொம்பவே ரிப்பேராகிவிட்டது. ஆகவே பலதரப்பினரும் தைரியமாக அவர்மீது பல்வேறு புதிய குற்றச்சாட்டுகளை அள்ளி வீசினார்கள்.

முதலாவதாக 'சாப்ளின் ஒரு கம்யூனிஸ்ட்' என்ற குற்றச்சாட்டு பகிரங்கமாகவே முன்வைக்கப்பட்டது.

'சரி. அவர் கம்யூனிஸ்டாகவே இருந்துவிட்டுப்போகட்டும். அதனால் என்ன?', என்று கேட்காதீர்கள். அந்தக் கால அமெரிக்காவில் ஒருவரை 'கம்யூனிஸ்ட்' என்று அழைத்தால் அவர் தேசத் துரோகி என்று சொல்வதற்குச் சமம்!

போதாக்குறைக்கு சார்லி சாப்ளின் அமெரிக்கக் குடிமகன் இல்லை. பல ஆண்டுகளாக அவர் அமெரிக்காவில்தான் வசிக்கிறார். அங்கேதான் தொழில் செய்கிறார். அவருடைய சம்பாத்தியங்கள், சொத்துகள் அனைத்தும் அமெரிக்காவில்தான் இருக்கின்றன. என்றாலும் அவர் இன்னும் இங்கிலாந்துப் பிரஜைதான்!

இந்த விஷயமும் சாப்ளினுக்கு எதிரான பிரசாரத்தில் பயன்படுத்தப்பட்டது. 'வெளியூரிலிருந்து இங்கே பிழைக்க வந்த ஆள் நம்மைக் கம்யூனிசத்தின்பக்கம் திருப்புவதற்குச் சூழ்ச்சி செய்கிறார்' என்பதாகப் பத்திரிகைகள் எழுதத்தொடங்கின.

இதில் பெரிய சோகம், தன்னுடைய தரப்பு நியாயத்தைச் சொல்வதற்குச் சாப்ளினுக்கு வாய்ப்பே தரப்படவில்லை. பத்திரிகையாளர் சந்திப்புகளின்போது வேண்டுமென்றே சாப்ளினை வம்புக்கு இழுப்பதுபோல் சில கேள்விகளைக் கேட்பார்கள். அதற்கு அவர் சொல்லும் பதில்களைப் பலவிதமாகத் திரித்து வெளியிடுவார்கள்.

இதனால் கோபப்பட்டு சாப்ளின் ஏதாவது ஆத்திரமாகப் பேசிவிட்டால் போச்சு. ‘அவர்பக்கம் நியாயம் இல்லை. அதனால்தான் இப்படிச் சீறுகிறார்’ என்று எதிர்மறைப் பிரசாரம் தொடர்ந்தது.

கிட்டத்தட்ட பத்து ஆண்டுகளுக்கு நரக வேதனையை அனுபவித்தார் சார்லி சாப்ளின். ஒவ்வொரு நாளும் காலை எழுந்தவுடன் அவரைப் பற்றி ஒரு புதிய குற்றச்சாட்டை எழுப்பிவிட்டுதான் பல் தேய்ப்பது என்று எல்லோரும் கங்கணம் கட்டிக்கொண்டதுபோல் பல விஷயங்களில் அவருடைய பெயர் அநாவசியமாக இழுக்கப்பட்டது: ரஷ்யாவுக்கு ஆதரவாகப் பேசுகிறார், வருமான வரி ஒழுங்காகக் கட்டாமல் ஏய்க்கப்பார்க்கிறார், ஆயுதக் கடத்தலுக்கு உதவுகிறார், வீட்டினுள் நான்கைந்து போர் விமானங்களைப் பதுக்கிவைத்திருக்கிறார்... இப்படி மனம்போன போக்கில் அவர்மீது சேறு இறைக்கப்பட்டது.

இப்படி ஊர்முழுக்க அவருக்கு எதிரான பேச்சுகள் உலவிக்கொண்டிருந்தாலும் இந்தக் குற்றச்சாட்டுகள் ஒன்றில்கூட சார்லி சாப்ளின்மீது வழக்கு எதுவும் தொடரப்படவில்லை என்பதுதான் விநோதம். இவ்வளவு ஏன்? அவரை நேரில் அழைத்து விசாரிப்பதற்குக்கூட எஃப்.பி.ஐ.க்கு தைரியம் இல்லை. கையில் ஆதாரங்கள் இல்லை!

ஆனாலும் அவர்கள் சாப்ளினை விடவில்லை. ’நான் கம்யூனிஸ்ட் இல்லை. எந்த அரசியல் கட்சியிலோ இயக்கத்திலோ நான் பங்குபெறவில்லை’ என்று அவர் பலமுறை தெளிவாகச் சொல்லியும்கூட மக்கள் அதை நம்பிவிடாதபடி அரசாங்கம்

பார்த்துக்கொண்டது. சீக்கிரத்திலேயே ‘இந்த ஆள் சரியில்லை. இவரை உடனடியாக நம் ஊரிலிருந்து வெளியேற்றிவிடவேண்டும்’ என்று கோரிக்கை எழுந்தது.

இந்த விஷயத்தில் சாப்ளினுக்கு எதிரான கோஷ்டியில் முக்கியமானவர்கள் இரண்டு பேர்: அப்போதைய எஃப்.பி.ஐ. தலைவர் எட்கர் ஹூவர் மற்றும் அமெரிக்காவுக்கு எதிராகச் செயல்படும் தனிமனிதர்கள், இயக்கங்களைக் கண்டறியும் குழுவின் தலைவரான ஜோசஃப் மெக்கார்த்தி.

இதனால் மனத்தளவிலும் உடலளவிலும் சார்லி சாப்ளின் மிகவும் பாதிக்கப்பட்டார். ஒருகாலத்தில் அவரை ஆசையோடு பார்த்து ரசித்த அதே அமெரிக்கப் பொதுமக்கள், இப்போது அவருக்கு எதிராகத் திரும்பிவிட்டார்கள். திட்டமிட்ட ஒரு பொய்ப் பிரச்சாரம் எத்தனை பெரிய செல்வாக்கையும் சரித்துவிடும் என்பது மீண்டும் ஒருமுறை நிரூபணமானது.

அடுத்து வெளிவந்த சார்லி சாப்ளினின் படங்களுக்கு மக்களிடையே போதிய வரவேற்பு இல்லை. அவருடைய படங்கள் வெளியாகும் திரையரங்கங்களுக்கு வெளியே பல்வேறு ஆர்ப்பாட்டங்கள் நடைபெற்றன. ஆகவே, தியேட்டர் முதலாளிகள் பயந்துபோய், சாப்ளினின் படங்களைத் திரையிட மறுத்தார்கள்.

1952ம் வருடம் ஆகஸ்ட் மாதம். அமெரிக்காவில் சரியாக ஓடாத ஒரு திரைப்படத்தை இங்கிலாந்தில் வெளியிடுவதற்காகக் குடும்பத்தோடு ஒரு சிறிய உல்லாசப் பயணம் கிளம்பினார் சார்லி சாப்ளின். அவர் இங்கிலாந்துக்குக் கப்பலேறிய மறுவிநாடி அவருடைய எதிரிகள் புதிய வேகத்தோடு மும்முரமாக வேலையில் இறங்கினார்கள். அவர் மீண்டும் அமெரிக்காவுக்குத் திரும்பிவிடமுடியாதபடி காய்களை நகர்த்தத்தொடங்கினார்கள்.

சாப்ளின் கப்பலில் கிளம்பி இரண்டு நாள்களுக்குப்பின், தந்திவழியே அவருக்கு ஒரு செய்தி அனுப்பப்பட்டது: ‘நீங்கள் மீண்டும் அமெரிக்காவுக்குத் திரும்பவேண்டுமானால் ஒரு

விசாரணைக் குழுவைச் சந்திக்கவேண்டும். அவர்களுடைய கேள்விகளுக்கு நீங்கள் திருப்திகரமாகப் பதில் சொன்னால்தான் மீண்டும் இங்கே நுழைவதற்கான அனுமதி வழங்கப்படும்.'

பச்சையாகச் சொல்வதானால் 'மறுபடி இந்தப் பக்கம் வந்துவிடாதே' என்னும் மிரட்டல் அறிவிப்புதான் இது. சார்லி சாப்ளின் மீண்டும் அமெரிக்காவுக்குள் நுழையமுடியாது என்பதைத்தான் நேரடியாகச் சொல்லாமல், கொஞ்சம் பூசி மெழுகியிருந்தார்கள்.

அதன்பிறகு சார்லி சாப்ளின் கதை என்ன ஆச்சு என்பது நமக்கு முக்கியமில்லை. உலகப் போர் முடிந்த காலகட்டத்தில் 'கம்யூனிஸ்ட்' என்கிற வார்த்தை எஃப்.பி.ஐ.யை எப்படியெல்லாம் அலறச் செய்தது, அவர்களை எந்த அளவுக்குத் தீவிரத்துடன் முடிவெடுக்கவைத்தது என்பதுமட்டும் புரிந்தால் போதும்.

இத்தனைக்கும் உலகப் போரின்போது அமெரிக்காவும் ரஷ்யாவும் கிட்டத்தட்ட ஒரே கோஷ்டியாகத்தான் இருந்தார்கள். ஆனால் போருக்குப்பிறகு நிலைமை மாறிவிட்டது.

முதல் உலகப் போரின் முடிவில் ரஷ்யாவுக்கு உலக அரசியலில் பெரிய மரியாதையெல்லாம் கிடையாது. 'அங்கே கம்யூனிஸ்ட் ஆட்சி அமைந்திருக்கிறதே, அதனால் நமக்கு ஏதாவது பாதிப்பு உண்டா?' என்றுதான் எல்லோரும் யோசித்தார்கள். மற்றபடி அவர்களை ஒரு முக்கியமான அரசியல் சக்தியாக யாரும் நினைக்கவில்லை. மதிக்கவில்லை.

ஆனால் அடுத்த கால் நூற்றாண்டு காலத்தில் லெனினும் ஸ்டாலினும் மற்ற தலைவர்களுமாகச் சேர்ந்து ரஷ்யாவின் அபாரமான மனித வளத்தை நன்கு பயன்படுத்திக்கொண்டு வேகமாக முன்னேற்றி அழைத்துச் சென்றார்கள். உலக வரைபடத்தில் கிட்டத்தட்ட பாதியை வளைத்துப்போட்டிருக்கிற சோவியத் யூனியனின் பலம் பலரை ஆச்சர்யப்படுத்தியது, மரியாதையாகப் பார்க்கவைத்தது, சிலசமயம் பயப்படுத்தியது.

இரண்டாம் உலகப் போரில் ரஷ்யா (சோவியத் யூனியன்)

அடைந்த வெற்றிகள் அவர்களுடைய பலத்தைக் கணிசமாக அதிகரித்துவிட்டன. அமெரிக்காவின் 'வல்லரசு' கிரீடத்துக்கு ஒரு நல்ல போட்டி அளிக்கக்கூடிய சக்தியாக அது வளர்ந்துகொண்டிருந்தது.

இந்த உண்மையை அமெரிக்கா புரிந்துகொண்டபோது மிகவும் தாமதமாகிவிட்டது. அதற்குள் சோவியத் உளவாளிகள் அமெரிக்காவின் அரசாங்க / ராணுவ / உளவு வட்டாரங்களில் நன்றாக ஊடுருவியிருந்தார்கள்.

இதற்கு முக்கியக் காரணம், இரண்டாவது உலகப் போரின்போது இவர்கள் இருவருக்குமே ஜெர்மனிதான் முக்கிய விரோதியாக இருந்தது. 'ஹிட்லர் அண்ட் கோ'வைத் தோற்கடிப்பதற்காக அவர்கள் எதையும் செய்யத் தயாராக இருந்தார்கள்.

இதனால் அமெரிக்கா தனக்கு உதவ முன்வருகிறவர்களுக்கு வேறு உள்நோக்கம் ஏதேனும் இருக்குமா என்று யோசிக்கத் தவறிவிட்டது. ஒருவழியாக நாஜிகளைக் காலி பண்ணிவிட்டுத் திரும்பிப் பார்த்தால் அவர்களுடைய முக்கியமான அலுவலகங்களில் ரஷ்யர்கள் அல்லது அவர்களுடைய அபிமானிகள் பல நிலைகளில் உள்ளே புகுந்திருந்தார்கள்.

சோவியத்தும் அமெரிக்காவும் ராசியாக இருந்தவரையில் இது ஒரு பெரிய பிரச்னையாகவே இல்லை. இருவரும் முறைத்துக்கொண்டு பனிப்போர் தொடங்கியபிறகுதான் தொல்லையும் ஆரம்பமாகிவிட்டது.

அமெரிக்காவோடு ஒப்பிடும்போது சோவியத் யூனியன் சில விஷயங்களில் பின்தங்கியிருந்தது. சில விஷயங்களில் முன்னேறியிருந்தது. இந்த வித்தியாசத்தை யோசிக்கும்போது அமெரிக்காவுக்குப் பகீரென்றது. *'ஒருவேளை, சோவியத் நம்மிடமிருந்து தகவல்களைத் திருட ஆரம்பித்தால்? அவர்களிடம் உள்ள மனித வளத்தைப் பயன்படுத்தி அதை இன்னும் பல படிகள் முன்னே கொண்டுசென்றுவிட்டால்? நம்முடைய நிலைமை என்ன ஆகும்?'*

ஜெர்மனி, இத்தாலி, ஜப்பானைவிட மிகப் பெரிய விரோதி ஒருவனிடம் மாட்டிக்கொண்டிருக்கிறோம் என்பதை உணர்ந்தது அமெரிக்கா. உடனடியாக அவர்களுடைய பாதுகாப்பு சார்ந்த கவலைகள் திசைமாறிவிட்டன.

1947 செப்டம்பர் மாதத்தில் அமெரிக்காவின் வெளி உளவு விவகாரங்களைக் கவனிப்பதற்காக சி.ஐ.ஏ. (CIA : Central Intelligence Agency) உருவாக்கப்பட்டிருந்தது. சோவியத் எல்லைக்குள் அமெரிக்காவுக்கு எதிராக நிகழ்கிற அத்துமீறல்களை இவர்கள் கவனித்துக்கொள்வார்கள். உள்நாட்டில் அவர்களுடைய உளவாளிகள் செல்லும் வம்புதும்புகளையெல்லாம் எஃப்.பி.ஐ. பார்த்துக்கொள்ளவேண்டும்.

அதாவது, உலகப் போரின்போது எஃப்.பி.ஐ. செய்த அதே வேலைகள்தான். ஆனால் இப்போது டார்கெட் ஜெர்மனியோ இத்தாலியோ அல்ல. சோவியத் யூனியன். அவர்களுடைய வல்லரசுக் கனவுகளுக்கு அமெரிக்கா தீனி போட்டுவிடாதபடி பார்த்துக்கொள்ளவேண்டும். சாத்தியமா?

10. அணு, ஆயுதம், ஆபத்து!

வருடம் *1944*. இரண்டாம் உலகப் போர் இன்னும் முடிவடைந்திருக்கவில்லை.

அப்போது அமெரிக்காவினுள்ளிருந்து வெளியே செல்கிற, வெளியிலிருந்து உள்ளே வருகிற ரேடியோ செய்திகளையெல்லாம் ஒன்றுவிடாமல் கவனமாகக் கண்காணித்துக்கொண்டிருந்தது எஃப்.பி.ஐ. அவற்றில் ஏதேனும் உருப்படியான தகவல்கள் தென்பட்டால் உடனடியாக அரசாங்கத்துக்கும் ராணுவத்துக்கும் தகவல் சொன்னார்கள்.

திடீரென்று ஒருநாள். நியூ யார்க்கில் இருக்கும் சோவியத் யூனியன் தூதரகத்திலிருந்து ரஷ்யாவுக்குச் சில ரகசியத் தகவல்கள் அனுப்பப்பட்டன. எஃப்.பி.ஐ. அவற்றைப் பதிவு செய்துவிட்டது. ஆனால் திரும்பப் போட்டுக் கேட்டபோது அவர்களுக்கு ஒன்றும் புரியவில்லை.

ஏனெனில் அந்த வாசகங்கள் ஏதோ விநோதமான சங்கேத மொழியில் இருந்தன. அவற்றை உடைத்துப் புரிந்துகொள்வது அத்தனை சுலபமாக இல்லை.

ப்யூரோவில் இதுபோன்ற ரகசிய 'கோட்'களை உடைப்பதெற்கென்று தனியாக ஒரு விசேஷப் பிரிவு உண்டு. அதில் உள்ள நிபுணர்கள் 'கம-கர-கம்'மில் ஆரம்பித்து மிகச் சிக்கலான சங்கேதங்களைக்கூடத் துல்லியமாகப் பிரித்து மேய்ந்துவிடக்கூடிய திறமைமிக்கவர்கள்.

ஆனால் இந்த சோவியத் சங்கேதம் அவர்களுக்குச் சுத்தமாக விளங்கவில்லை. எந்த வார்த்தைக்கு என்ன அர்த்தம் என்று புரியாமல் மண்டையை உடைத்துக்கொண்டார்கள். பயன் இல்லை. ஒருகட்டத்தில் ப்யூரோ நிபுணர்களுக்குக் கடுப்பு அதிகமாகிவிட்டது. 'சோவியத் யூனியன் நம்முடைய நட்பு நாடுதானே? அவர்களுடைய ரேடியோ செய்தியைப் படித்து நாம் என்ன சாதிக்கப்போகிறோம்? மறுபடி ஹிட்லர் கோஷ்டியைப் பார்க்கத் திரும்புவோம்' என்று முடிவு செய்துவிட்டார்கள்.

உலகப் போர் முடிந்ததும் 'நாஜி' அபாயம் முடிவுக்கு வந்தது. அடுத்து சோவியத் தலைவலி தொடங்கியது. 'அவர்கள் நம்மை உளவு பார்க்கிறார்களோ, நம்முடைய ரகசியங்களைத் திருடுகிறார்களோ' என்று ப்யூரோவுக்குச் சந்தேகம்.

இப்போது அவர்களுக்கு அந்தப் பழைய ரேடியோ செய்திகள் நினைவுக்கு வந்தன. வேறு ஏதாவது வழியில் அவற்றை உடைத்துப் பிரிக்கமுடியுமா என்று யோசிக்க ஆரம்பித்தார்கள்.

அதேநேரம் அமெரிக்க ராணுவம் மற்றும் இதர பிரிவுகள் பலவும் சோவியத் ஜுரத்துக்கு மருந்து தேடிக்கொண்டிருந்தன. குறிப்பாக 'ஆர்மி செக்யூரிட்டி ஏஜென்ஸி' என்ற ஓர் உளவு அமைப்பு பலவிதமான ஆய்வுகளைச் செய்து சோவியத் சங்கேதச் செய்திகளை மொழிபெயர்க்கிற சூட்சுமத்தைக் கண்டுபிடித்துவிட்டார்கள்.

இதைப்பற்றிக் கேள்விப்பட்ட எஃப்.பி.ஐ. தன்னுடைய பழைய செய்திகள் அனைத்தையும் மொழிபெயர்க்க ஆரம்பித்தது. அதன் அடிப்படையில் சோவியத் உளவாளிகள் யாரேனும் சிக்குவார்களா என்று பார்த்தார்கள்.

கிட்டத்தட்ட இரண்டு வருடங்கள் கழித்து வெளிச்சத்துக்கு வந்த அந்தச் சங்கேதச் செய்திகளின்மூலம் ஒரு திடுக்கிடும் தகவல் தெரியவந்தது: 'அமெரிக்க அணுகுண்டு ஆராய்ச்சிபற்றிய விவரங்கள் எப்படியோ சோவியத் யூனியனுக்குக் கசிந்திருக்கின்றன!'

உலகப் போரின் முடிவில் ஜப்பான்மீது அமெரிக்கா வீசிய இரண்டு அணுகுண்டுகளும் அவர்களுடைய பல ஆண்டு ஆராய்ச்சியின் விளைவாக உருவானவை. அவற்றினால் நிகழக்கூடிய பேரபாயத்தை உலகம் நேருக்கு நேர் பார்த்திருந்தது.

அதன்பிறகுதான் அமெரிக்காவுக்குத் தன்னுடைய ஆராய்ச்சி பற்றிய விவரங்களைப் பத்திரமாகப் பாதுகாக்கவேண்டும் என்கிற எண்ணம் அதிகரித்தது. ஒருவேளை இந்த ரகசியங்கள் எதிரிகள் கையில் சிக்கிவிட்டால், அவர்களும் அணுகுண்டு தயாரித்துவிடுவார்கள். அதை வைத்து அமெரிக்காவை மிரட்ட ஆரம்பித்துவிடுவார்கள். எதற்கு வம்பு?

முக்கியமாக அணுகுண்டுபற்றிய விவரங்கள் சோவியத் யூனியனுக்குத் தெரிந்துவிடவே கூடாது என்று நினைத்தது அமெரிக்கா. முடிந்தால் அவர்களுடைய விஞ்ஞானிகள் தாங்களாக முயன்று அணுகுண்டு தயாரித்துக்கொள்ளட்டும். ஆனால் அதற்குப் பல வருடங்கள் ஆகும். அதற்குள் அணு ஆராய்ச்சியில் அமெரிக்கா ஏகப்பட்ட படிகள் முன்னேறிச் சென்றுவிடும்.

அந்த எண்ணத்தில்தான் இப்போது மிகப் பெரிய ஆப்பு இறங்கியிருந்தது. அமெரிக்காவின் அணுகுண்டு ரகசியங்கள் ஏற்கெனவே சோவியத் யூனியனுக்குச் சென்றுவிட்டன. அதுவும் இரண்டு வருடங்களுக்கு முன்பாகவே!

சோவியத் விஞ்ஞானிகளின் செயல்வேகம் உலகம் அறிந்தது. அவர்களிடம் இந்தத் தகவல்கள் சிக்கினால் இந்நேரம் பாதிக் குண்டைத் தயாரித்து முடித்திருப்பார்களே என்று பதறியது அமெரிக்கா.

அவர்கள் நினைத்தது உண்மைதான். 1949 செப்டம்பரில் சோவியத் யூனியன் தங்களுடைய முதலாவது அணுகுண்டை வெடித்துப் பரிசோதனை செய்தது. ஹிரோஷிமா, நாகசாகி குண்டுவெடிப்புகள் முடிந்து நான்கே வருடங்களில் சோவியத் ஓர் அணுகுண்டை உருவாக்கி வெடித்திருக்கிறது என்றால் அவர்களுக்குக் கிடைத்த அமெரிக்க ரகசியங்கள்தான் முக்கியக் காரணம்.

இதன் அர்த்தம் சோவியத் விஞ்ஞானிகளுக்கு அணுகுண்டு உருவாக்கும் அளவு புத்தி கிடையாது என்பதல்ல. அவர்கள் ஏழெட்டு வருடங்கள் முனைந்து கண்டுபிடிக்கவேண்டிய விஷயங்களை யாரோ அமெரிக்காவிடமிருந்து திருடிக் கொடுத்துவிட்டார்கள். இப்படி மண்டபத்தில் யாரோ எழுதித் தந்த மேட்டரை எடுத்துப் பயன்படுத்தியதால் அவர்களுடைய ஆராய்ச்சி சீக்கிரமாகவே நிறைவடைந்துவிட்டது.

யார் அந்தக் கறுப்பு ஆடு? அல்லது, ஆடுகள்? ப்யூரோ மிகுந்த பதற்றத்துடன் தேட ஆரம்பித்தது.

ரஷ்யத் தூதரகத்தின்வழியே பரிமாறிக்கொள்ளப்பட்ட தகவல்களின் அடிப்படையில் அவர்களுக்கு ஒரு விஷயம் தெளிவாகப் புரிந்தது. 'ப்ராஜெக்ட் மன்ஹாட்டன்' என்று செல்லப் பெயர் சூட்டப்பட்ட அமெரிக்காவின் அணுகுண்டு ஆராய்ச்சிகளில் நேரடியாக ஈடுபட்ட சிலர்தான் அவைபற்றிய விவரங்கள், வடிவமைப்புகள், இன்னும் பல முக்கியமான ஆவணங்களைத் திருடி விற்றிருக்கிறார்கள். இந்தத் திருட்டின் பின்னணியில் ஒரு கணவன், மனைவி இருக்கிறார்கள். அவர்கள் இருவரையும் கண்டுபிடித்தால்தான் மேலும் விவரங்கள் கசிவதைத் தடுத்து நிறுத்தமுடியும்.

ப்யூரோ தன்னிடமிருந்த கம்யூனிஸ்ட் சந்தேகப் பட்டியலை எடுத்துக்கொண்டது. அதில் இருக்கிற யாராவது மன்ஹாட்டன் ஆராய்ச்சிகளோடு சம்பந்தப்பட்டிருக்கிறார்களா என்று தீவிரமாக ஆராய ஆரம்பித்தார்கள்.

நீண்ட தேடல்கள், சந்தேகங்கள், விளக்கங்கள், உறுதிப்படுத்துதல்களுக்குப்பிறகு அவர்களுடைய கவனம் மொத்தமும் ஒரே ஒரு நபரின்மீது குவிந்தது: க்ளாஸ் ஃபச்ஸ்.

இந்த க்ளாஸ் ஃபச்ஸ் பிறந்தது ஜெர்மனியில். ஆனால் முப்பதுகளின் முற்பகுதியில் அங்கிருந்து தப்பித்து இங்கிலாந்தில் செட்டிலாகியிருந்தார். அமெரிக்கா தனது அணுகுண்டு ஆராய்ச்சியைத் தொடங்கியபோது அதில் ஈடுபட்ட பல வெளிநாட்டு நிபுணர்களில் இவரும் ஒருவர்.

சோவியத் தூதரகத்தின் வழியே பரிமாறிக்கொள்ளப்பட்ட தகவல்கள் பல க்ளாஸ் ஃபச்ஸுடன் ஒத்துப்போயின. அவரை நேரில் சந்தித்து விசாரித்தால் இன்னும் சில விஷயங்களை உறுதிப்படுத்திக்கொள்ளலாம் என்று நினைத்தது எஃப்.பி.ஐ.

ஆனால் அதிலும் ஒரு பெரிய பிரச்னை. இரண்டாம் உலகப் போர் முடிந்தபிறகு க்ளாஸ் ஃபச்ஸ் இங்கிலாந்துக்குத் திரும்பிச் சென்றுவிட்டார். இப்போது அவரை அமெரிக்காவுக்குக் கொண்டுவந்து விசாரிப்பது சாத்தியமில்லை.

அதனால் என்ன? இங்கிலாந்து நம்முடைய நட்பு தேசம்தானே. அவர்களுக்கும் சோவியத்மீது காண்டு உண்டு. 'இந்தாள் கம்யூனிஸ்ட் உளவாளி' என்று தகவல் அனுப்பினால் அவர்களே பார்ட்டியைப் பிடித்து விசாரிக்கமாட்டார்களா?

ப்யூரோ உடனடியாக பிரிட்டிஷ் உளவுத்துறையைத் தொடர்புகொண்டது. 'அங்கே க்ளாஸ் ஃபச்ஸ் என்ற பெயரில் ஒருவர் இருக்கிறார். அவர் சோவியத் உளவாளியாக இருப்பாரோ என்று எங்களுக்குச் சந்தேகமாக இருக்கிறது. அந்த ஆள் உஷாராகிவிடாதபடி பிடித்து வையுங்கள். நாங்கள் வந்து விசாரிக்கிறோம்!'

ஆரம்பத்தில் ப்யூரோவின் கோரிக்கையை பிரிட்டன் அவ்வளவாகக் கண்டுகொள்ளவில்லை. ஒரு சாட்சியும் இல்லாமல் மொட்டைக் கடிதாசிமாதிரி ஓர் உத்தரவை அனுப்பி வைத்தால் யார் மதிப்பார்கள்? ப்யூரோவின் பேச்சைமட்டும்

நம்பித் தன்னுடைய பிரஜை ஒருவரைக் கைது செய்து விசாரிப்பதற்கு பிரிட்டன் தயாராக இல்லை.

இதைப் புரிந்துகொண்ட எஃப்.பி.ஐ. க்ளாஸ் ஃபசச்ஸ் பற்றித் தாங்கள் கண்டறிந்துள்ள விஷயங்களை பிரிட்டனுக்கு விளக்கிச் சொன்னார்கள். 'இந்த விஷயத்தில் கொஞ்சம் தாமதம் என்றாலும் க்ளாஸ் ஃபசச்ஸ் உஷாராகிவிடுவார். சோவியத் யூனியனுக்குத் தப்பிச் சென்றுவிடுவார்' என்று புரியவைத்தார்கள்.

அதன்பிறகுதான் பிரிட்டன் கொஞ்சம் இறங்கி வந்தது. க்ளாஸ் ஃபச்சைக் கைது செய்து விசாரிக்க ஆரம்பித்தார்கள். பின்னர் இந்த விசாரணைகளில் எஃப்.பி.ஐ.யும் கலந்துகொண்டது.

தொடக்கத்தில் க்ளாஸ் ஃபசச்ஸ் கொஞ்சம் முரண்டு பிடித்தார். பிறகு வாயைத் திறந்தார். 'முதலில் நியூ யார்க்கிலும் பிறகு நியூ மெக்ஸிகோவிலும் மன்ஹாட்டன் ப்ராஜெக்டில் ஈடுபட்டபோது அமெரிக்காவின் அணுகுண்டுபற்றிய பல ரகசியத் தகவல்களைத் திருடிக் கொடுத்தது உண்மைதான்' என்று ஒப்புக்கொண்டார்.

'சரி. யாரிடம் கொடுத்தீர்கள்?'

'ரேமண்ட்!'

'யார் அந்த ரேமண்ட்?'

'அவரோட நிஜப் பெயர் எனக்குத் தெரியாது. ஒவ்வொரு வாட்டியும் அவர்தான் என்கிட்ட இருக்கிற தகவல்களை வாங்கிக்குவார். பணம் கொடுப்பார். மத்தபடி சோவியத் ஆளுங்க யார்கிட்டயும் நான் நேரடியாப் பேசினதில்லை!'

க்ளாஸ் ஃபசச்ஸ் சொல்வது உண்மைதான் என்று புரிந்துகொண்ட ப்யூரோவுக்கு ஏமாற்றம். 'இந்த ஆள்தான் திருட்டுக் கும்பலின் தலைவன் என்று பார்த்தால், இவன் சாதாரண அடியாள் ரேஞ்சுக்கு இருக்கிறானே!'

அதன்பிறகு க்ளாஸ் ஃபசச்ஸால் எஃப்.பி.ஐ.க்கு எந்தப்

பிரயோஜனமும் இல்லை. அந்த 'ரேமண்ட்' பற்றிய சில விவரங்களைமட்டும் கேட்டுத் தெரிந்துகொண்டார்கள். அதன்பிறகு அவரை பிரிட்டன் பொறுப்பிலேயே விட்டுத் திரும்பினார்கள்.

1950ல் க்ளாஸ் ஃபெச்ஸ்மீதான உளவுக் குற்றங்கள் சந்தேகத்துக்கு இடமின்றி நிரூபிக்கப்பட்டன. பிரிட்டிஷ் நீதிமன்றம் அவருக்குப் பதினான்கு வருடம் சிறைத்தண்டனை விதித்தது.

அதேநேரம் அமெரிக்காவில் எஃப்.பி.ஐ. சுறுசுறுப்பாக 'ரேமண்ட்' யார் என்று தேடிக்கொண்டிருந்தது. பலவிதமான தகவல்கள், ஆதாரங்களின் அடிப்படையில் அந்த ரேமண்டின் நிஜப் பெயரைக் கண்டுபிடித்துவிட்டார்கள்: ஹாரி கோல்ட்!

இந்த ஹாரி கோல்ட் அமெரிக்கக் கம்யூனிஸ்ட் கட்சி உறுப்பினர். அப்போது ஃபிலடெல்ஃபியாவில் வேலை பார்த்துக்கொண்டிருந்தார்.

ஹாரி கோல்ட்மீதான சந்தேகம் உறுதியானதும் எஃப்.பி.ஐ. அவரைக் கைது செய்தது. வழக்கமான விசாரணைகளின் முடிவில் அவர் செய்த தவறை ஒப்புக்கொண்டார். 'க்ளாஸ் ஃபெச்ஸிடம் தகவல்களை வாங்கி சோவியத் யூனியனுக்குக் கொடுத்தது நான்தான்!'

'இதுமாதிரி வேற யாராச்சும் உங்கமூலமா அணுகுண்டு ரகசியங்களைக் கடத்தியிருக்காங்களா?'

'ஆமா. இன்னொருத்தர் இருக்கார்!'

எஃப்.பி.ஐ. நிமிர்ந்து உட்கார்ந்தது. 'யார் அது?'

'லாஸ் அலமோஸ் ஆராய்ச்சிசாலையில வேலை பார்க்கிற ஒருத்தர்' என்றார் ஹாரி கோல்ட். 'அவர் அமெரிக்க ராணுவத்தைச் சேர்ந்தவர்ன்னு நினைக்கறேன்.'

'அவர் பேரு?'

'தெரியலை. நான் அவரை நியூ மெக்ஸிகோவிலே சந்திச்சேன். அவர்கிட்ட 500 டாலர்கள் கொடுத்துச் சில ரகசிய டாகுமென்ட்ஸை வாங்கிக்கிட்டேன்.'

'அவரை ஃபோட்டோல பார்த்தா அடையாளம் கண்டுபிடிச்சிடுவீங்களா?'

'நிச்சயமா!'

அப்புறமென்ன? எஃப்.பி.ஐ. தன்னுடைய சந்தேகப் பட்டியலில் இருந்து சிலருடைய புகைப்படங்களைத் தருவித்துக் கொடுத்தது. அவற்றை நோட்டமிட்ட ஹாரி கோல்ட் ஒருவரைத் தேர்ந்தெடுத்தார். 'இவர்தான்!'

ஹாரி கோல்ட் அடையாளம் காட்டிய நபரின் பெயர் டேவிட் க்ரீன்க்ளாஸ். 1950 ஜூன் 16ம் தேதி எஃப்.பி.ஐ. டேவிட் க்ரீன்க்ளாஸைக் கைது செய்தது. 'அமெரிக்க அணுகுண்டு ரகசியங்களை விற்றது உண்மைதானா?' என்று அதட்டி விசாரிக்க ஆரம்பித்தது.

டேவிட் க்ரீன்க்ளாஸ் உண்மையை ஒப்புக்கொண்டார். கூடவே எஃப்.பி.ஐ.யுடன் ஒரு பேரம் பேசினார். 'நீங்க இந்த வழக்குல எனக்கு அதிகத் தண்டனை கிடைக்காம பார்த்துக்கிட்டீங்கன்னா, இதில சம்பந்தப்பட்ட இன்னொரு முக்கியமான ஆளைப்பத்திச் சொல்றேன்.'

ஏற்கெனவே க்ளாஸ் ஃபுக்ஸ், ஹாரி கோல்ட், டேவிட் க்ரீன்க்ளாஸ் என்று மூன்று பேர் பிடிபட்டிருந்தாலும் இந்தக் கேஸ் இன்னும் முடியவில்லை. அந்தக் கணவன், மனைவி தம்பதியர் யார் என்று எஃப்.பி.ஐ.க்குச் சுத்தமாகத் தெரியவில்லை. அதைப் பற்றிய மேல்விவரங்களைத் தெரிந்துகொள்கிற ஆசையில் டேவிட் க்ரீன்க்ளாஸ் போட்ட டீலிங்கிற்கு ஒப்புக்கொண்டார்கள்.

'இந்தமாதிரி சோவியத் யூனியனுக்கு அணுகுண்டு ரகசியங்களை வித்துச் சம்பாதிக்கலாம்ன்னு எனக்கு ஆசை காட்டினது

என்னோட மச்சான்தான்’ என்று போட்டு உடைத்தார் க்ரீன்க்ளாஸ். ‘அவர் பேரு ஜூலியஸ் ரோஸன்பெர்க்.’

மறுநாள் காலை எட்டு மணிக்கு ஜூலியஸ் வீட்டுக் கதவு தட்டப்பட்டது. ‘உங்களை விசாரிக்கணும். கொஞ்சம் எங்களோட வர்றீங்களா?’

அன்றுமுழுவதும் ப்யூரோ ஜூலியஸைப் போட்டுப் பிழிந்தெடுத்தது. ஆனால் அவரைப் பணியவைக்கமுடியவில்லை. ‘அமெரிக்காவோட அணுகுண்டு ஆராய்ச்சிபத்தி எனக்கு ஒண்ணுமே தெரியாது’ என்று அடித்துச் சொல்லிவிட்டார் அவர்.‘ஹிரோஷிமா, நாகசாகி மேலே அணுகுண்டு விழுந்தபோதுதான் அமெரிக்காகிட்டே அப்படி ஓர் ஆயுதம் இருக்குங்கற விஷயமே எனக்குத் தெரியவந்தது.’

எஃப்.பி.ஐ. மேலிடம் அவரை நம்பவில்லை. இன்னும் அழுத்தி விசாரிக்கப் பார்த்தார்கள். அப்போதும் ஜூலியஸ் வாய் திறக்கவில்லை. ‘இனிமே நான் என்னோட வக்கீல் இல்லாம எதுவும் பேசமாட்டேன்’ என்று கிளம்பிச் சென்றுவிட்டார்.

ப்யூரோ மீண்டும் டேவிட் க்ரீன்க்ளாஸிடம் திரும்பிச் சென்றது. எப்படியாவது ஜூலியஸை மாட்டவைத்துவிடும்படியான தகவல்களைக் கேட்டு வாங்கினார்கள். எல்லாவற்றையும் முறைப்படி பதிவு செய்துகொண்டு மீண்டும் ஜூலியஸ் வீட்டுக்குப் புறப்பட்டார்கள்.

இந்தமுறை அவர்கள் ஜூலியஸை வெறுமனே விசாரணைக்காக அழைக்கவில்லை. சந்தேகத்தின் அடிப்படையில் கைது செய்து உள்ளே தள்ளிவிட்டார்கள் (1950 ஜூலை 17). முன்பைவிட மிகுந்த தீவிரத்துடன் அவரைக் கேள்வி கேட்டுக் குடைய ஆரம்பித்தார்கள்.

ஆனால் இப்போதும் ஜூலியஸ் வாய் திறக்கவில்லை. யார் என்ன கேட்டாலும் ‘எனக்கு ஒன்றும் தெரியாது’ என்றுதான் பதில் சொல்லிக்கொண்டிருந்தார்.

ஜூலியஸ் கல்லூரிக் காலத்திலிருந்தே கம்யூனிஸ்ட் ஆதரவாளர்தான். ஏற்றதாழ்வுகள் இல்லாத ஒரு சமுதாயத்தை உருவாக்குவதற்கு சோஷலிஸத்தால்தான் முடியும் என்கிற அசைக்கமுடியாத நம்பிக்கை அவருக்கு இருந்தது.

ஆனால் ஒருவர் கம்யூனிஸ்ட் அனுதாபி / கட்சி உறுப்பினராக இருந்தார் அல்லது இருக்கிறார் என்கிற காரணத்தால்மட்டும் அவரை சோவியத் உளவாளி என்று சொல்லிவிடமுடியாது. சந்தேகத்துக்கு இடமில்லாதபடி ஆதாரங்கள் வேண்டும். அல்லது அவரே செய்த தப்பை ஒப்புக்கொள்ளவேண்டும். இல்லாவிட்டால் கோர்ட்டில் கேஸ் நிற்காது.

ப்யூரோ எவ்வளவோ முயன்றுபார்த்தும் ஜூலியஸுக்கு எதிராக வலுவான ஆதாரங்களைத் திரட்டமுடியவில்லை. டேவிட் க்ரீன்க்ளாஸின் வாக்குமூலத்தைமட்டும் அடிப்படையாக வைத்து ஜூலியஸ் செய்த குற்றங்களை நிரூபிக்கமுடியுமா என்று நிச்சயமாகத் தெரியவில்லை.

டேவிட் க்ரீன்க்ளாஸ் எஃப்.பி.ஐ. ஏஜென்ட்களிடம் பேசியபோது எதேச்சையாக ஒரு விஷயத்தைக் குறிப்பிட்டிருந்தார். ‘நான் ஜூலியஸிடம் பேசும்போதெல்லாம் அவருடைய மனைவி ஏதெலும் கூட இருப்பார். குறிப்பெடுத்துக்கொள்வார்.’

இப்போது அந்த விஷயம் ப்யூரோவுக்கு முக்கியமாகத் தோன்றியது. ஏதெலை வைத்து ஜூலியஸை மடக்கி ஒப்புதல் வாக்குமூலம் வாங்கிவிடலாம் என்று திட்டமிட்டார்கள்.

டேவிட் க்ரீன்க்ளாஸின் சொந்தச் சகோதரிதான் ஏதெல். ஆகவே அவர் கொடுத்த வாக்குமூலத்தின் அடிப்படையில் ஏதெலையும் கைது செய்தது ப்யூரோ (1950 ஆகஸ்ட் 11).

அதன்பிறகு ஜூலியஸ் ரோஸன்பெர்க், ஏதெல் ரோஸன்பெர்க் இருவரையும் எஃப்.பி.ஐ. ஏஜென்ட்கள் பலவிதமாக விசாரித்தார்கள். இவர்களுடைய கும்பலைச் சேர்ந்த இன்னொரு சோவியத் அனுதாபியாகிய மார்டன் சோபெல் என்பவரும் கைது செய்யப்பட்டுத் தீவிர விசாரணைக்கு உள்ளானார்.

ப்யூரோ நினைத்ததுபோல் ரோஸன்பெர்க் தம்பதியர் செய்த குற்றங்களை நிரூபிப்பது அத்தனை சுலபமாக இல்லை. இவர்கள் எவ்வளவுதான் வற்புறுத்திக் கேட்டாலும் 'நாங்கள் எந்தத் தப்பும் செய்யவில்லை' என்றுதான் அவர்கள் திரும்பத் திரும்பச் சொல்லிக்கொண்டிருந்தார்கள்.

கடைசிவரை எஃப்.பி.ஐ. அவர்களை நம்பவில்லை. ஹாரி கோல்ட் மற்றும் டேவிட் க்ரீன்க்ளாஸ் கொடுத்த வாக்குமூலத்தின் அடிப்படையில் பல சாட்சியங்கள், ஆதாரங்களைத் திரட்டி ஜூலியஸ், ஏதெல் மற்றும் மார்டன் சோபெல்மீது வழக்குத் தொடுத்தார்கள். இதற்கான விசாரணை 1951 மார்ச் 6ம் தேதி தொடங்கியது.

அதுவரை நான்கு சுவர்களுக்குள் எஃப்.பி.ஐ. நடத்திய விசாரணைகள் இப்போது பகிரங்கமாக அரங்கேறின. ஒவ்வொருவராக முன்வந்து ஜூலியஸ் மற்றும் ஏதெல் ரோஸன்பெர்குக்கு எதிராகச் சாட்சி சொன்னார்கள். அமெரிக்க அணு ஆயுத ஆராய்ச்சிபற்றிய ரகசியங்களைத் திருடுவதற்காகவே அவர்கள் ஒரு தனி உளவு வட்டத்தை உருவாக்கி நடத்திவந்ததாக வழக்கு பின்னப்பட்டது.

இப்போதும் ரோஸன்பெர்க் தம்பதியர் தங்களுடைய நிலைமையை மாற்றிக்கொள்ளவில்லை. 'இந்தக் குற்றங்கள் எல்லாவற்றையும் மறுக்கிறோம். எல்லோரும் எங்களுக்கு எதிராகச் சதி பண்ணுகிறார்கள்' என்றுதான் திரும்பத் திரும்பச் சொன்னார்கள்.

'மற்றவர்கள் சரி. டேவிட் உங்களுடைய நெருங்கிய உறவினராச்சே. அவர் உங்களுக்கு எதிராகச் சாட்சி சொல்லவேண்டிய அவசியம் என்ன?'

'முன்பு நாங்கள் சேர்ந்து செய்த ஒரு தொழிலில் நஷ்டம் ஏற்பட்டுவிட்டது. அப்போதிலிருந்தே டேவிடுக்கு எங்கள்மீது கொஞ்சம் கோபம்தான். அதற்கு இப்போது பழி தீர்த்துக்கொள்கிறார்' என்றார் ஜூலியஸ் ரோஸன்பெர்க்.

'தவிர, இப்போது எங்களுக்கு எதிராகச் சாட்சி சொன்னால் அவருக்குக் கிடைக்கும் தண்டனை குறையும். அதற்காகத் தன்னுடைய சொந்தச் சகோதரியையும் சகோதரி கணவரையும் பலி கொடுக்கத் தயாராகிவிட்டார்!'

'போகட்டும். நீங்கள் சோவியத் யூனியனுக்கு எதிராக உளவு பார்த்தது உண்மையா?'

'நிச்சயமாக இல்லை!'

'நீங்கள் கம்யூனிஸ்டா?'

'இந்தக் கேள்விக்கு நான் பதில் சொல்ல விரும்பவில்லை!'

'ஏன்?'

'நான் கம்யூனிஸ்ட் என்று தெரிந்தால் அந்த விஷயம் எனக்கு எதிராகப் பயன்படுத்தப்படும்' என்றார் ஜூலியஸ். அவர் மனைவி ஏதெலும் இதையே வலியுறுத்திச் சொன்னார்.

ஆனால் கோர்ட் அவர்களுடைய பேச்சை ஏற்றுக்கொள்ளவில்லை. ரோஸன்பெர்க் தம்பதியர் திருமணத்துக்கு முன்பிருந்தே கம்யூனிஸ்ட் அனுதாபிகளாகத்தான் இருந்திருக்கிறார்கள் என்பதற்குப் பல சாட்சியங்கள் முன்வைக்கப்பட்டன.

இதனிடையே ஜூலியஸூம் ஒரு பெரிய தப்பு செய்துவிட்டார். இரண்டாம் உலகப் போர் காலகட்டத்தில் தனக்கு ரஷ்யாமீது அனுதாபம் இருந்தது என்பதை நீதிமன்றத்தில் ஒப்புக்கொண்டுவிட்டார்.

இதற்கு அவர் சொன்ன காரணம் நியாயமானதுதான். 'நான் ஒரு யூதன். லட்சக்கணக்கான யூதர்களைக் கொன்று குவித்த ஹிட்லருக்கு எதிராக ரஷ்யா போரிட்டது. அதனால் எனக்கு அவர்கள்மீது ஓர் உணர்ச்சிபூர்வமான பிணைப்பு ஏற்பட்டது.'

கோர்ட் ஜூலியஸின் வாதத்தில் இருந்த நியாயத்தைப் பார்க்கவில்லை. அவர் ஒரு கம்யூனிஸ்ட் என்பதைமட்டும்தான்

பார்த்தார்கள். எஃப்.பி.ஐ. முன்வைத்த மற்ற ஆதாரங்கள் மற்றும் சாட்சியங்களின் அடிப்படையில்தான் அவர்கள் ஒரு முடிவுக்கு வரவேண்டியிருந்தது.

கடைசிவரை ரோஸன்பெர்க் தம்பதியர் நீதிமன்றத்தை நம்பினார்கள். தங்களுக்கு எதிரான ஆதாரங்கள் வலுவில்லாதவை என்று நினைத்தார்கள். ஆனால் அவர்கள் எண்ணியதற்கு நேர் எதிரான தீர்ப்பு வழங்கப்பட்டது (1951 மார்ச் 29): 'ஜூலியஸ் ரோஸன்பெர்க், ஏதெல் ரோஸன்பெர்க், மார்டன் சோபெல் எல்லோருமே அமெரிக்காவின் அணு ஆராய்ச்சி ரகசியங்களைத் திருடி விற்பனை செய்த குற்றவாளிகள் என்று இந்தக் கோர்ட் தீர்மானிக்கிறது!'

தண்டனை?

ஹாரி கோல்டுக்கு ஏற்கெனவே 30 வருடச் சிறைத் தண்டனை விதிக்கப்பட்டிருந்தது. இப்போது மார்டன் சோபெலுக்கும் முப்பது வருடச் சிறை. ப்யூரோவுக்கு ஆதரவாகச் சாட்சி சொன்ன டேவிட் க்ரீன்க்ளாஸுக்குப் பதினைந்து வருடங்கள் சிறை. கடைசியாக, இவர்கள் எல்லோரையும் வழிநடத்திய குற்றத்துக்காக ரோஸன்பெர்க் தம்பதியர் இருவருக்கும் மரண தண்டனை.

ஆரம்பத்தில் ஜூலியஸை வழிக்குக் கொண்டுவருவதற்காகத்தான் ஏதெலைக் கைது செய்தார்கள். ஆனால் கடைசியில் அவருக்கும் மரண தண்டனை விதிக்கப்பட்டது.

அமெரிக்கச் சரித்திரத்தில் முன்பு எப்போதும் இப்படிப் போர் இல்லாத காலகட்டத்தில் உளவாடல் குற்றங்களுக்காக யாருக்கும் மரண தண்டனை விதிக்கப்பட்டதில்லை. ஆகவே ரோஸன்பெர்க் தம்பதியருக்கு வழங்கப்பட்ட தண்டனை நியாயமானதுதானா என்று பலர் சந்தேகம் எழுப்பத் தொடங்கினார்கள்.

முதலில், அவர்கள்மீது தொடுக்கப்பட்ட வழக்கில் ஆதாரங்கள் எவையும் வலுவாக இல்லை என்று ஆட்சேபம் எழுந்தது.

‘கடைசிவரை ப்யூரோ எதை நிரூபித்தது? ரோஸன்பெர்க் தம்பதியர் கம்யூனிஸ்ட்கள் என்பதைத்தான். அந்த ஒரு விஷயத்தையும் சில சக உளவாளிகளின் சாட்சியத்தையும் வைத்து இரண்டு பேருக்கு மரண தண்டனை விதிக்கமுடியுமா? நாளைக்கு என் பக்கத்து வீட்டுக்காரன் எதையாவது சொல்வான். அதன் அடிப்படையில் என்னைக் கைது செய்து மின்சார நாற்காலியில் உட்காரவைத்துவிடுவீர்களா?’ என்று பலர் ஆவேசப்பட்டார்கள்.

நிஜமாகவே ரோஸன்பெர்க் தம்பதியர் தப்பு செய்தார்களா? அல்லது அதீத எச்சரிக்கை உணர்ச்சியால் சார்லி சாப்ளின்மீது குற்றம் சாட்டியதுபோல் அரசாங்கம் அவசரப்பட்டுவிட்டதா? ஒருவேளை அவர்கள் அப்பாவிகளோ? சந்தர்ப்ப சூழ்நிலையால் தண்டிக்கப்பட்டுவிட்டார்களா?

இந்தக் கேள்வியின் அடிப்படையில் அமெரிக்கா முழுவதும் போராட்டங்கள் நடந்தன. ’ஜூலியஸ் ஒரு யூதர் என்பதால் இந்த வழக்கில் அவர்மீது பாரபட்சம் காட்டப்பட்டுவிட்டது’ என்று சிலர் சொன்னார்கள். இன்னும் பலர் ‘இந்த வழக்கை பகிரங்கமாக மீண்டும் நடத்தவேண்டும். தண்டனையை மறுபரிசீலனை செய்யவேண்டும்’ என்றார்கள்.

ப்யூரோவோ அமெரிக்க அரசாங்கமோ இதற்கு அனுமதி வழங்க மறுத்துவிட்டது. அப்போதைய அமெரிக்க அதிபர் ஐசன்ஹோவரே இதில் நேரடியாகக் கருத்துத் தெரிவித்திருந்தார். ‘இவர்கள் இருவரும் செய்த குற்றம் சாதாரணமானதல்ல. இதன்மூலம் அவர்கள் ஓர் அணு ஆயுதப் போருக்கே அஸ்திவாரம் அமைத்துக் கொடுத்திருக்கிறார்கள். அதன்மூலம் நாளைக்குப் பல லட்சம் பேர் பாதிக்கப்படக்கூடும். அந்த அடிப்படையில் யோசிக்கும்போது இவர்களை மன்னிப்பது நியாயமில்லை.’

ஒரு பேச்சுக்கு, ஜூலியஸ் செய்தது தவறு என்றே வைத்துக் கொள்வோம். அவருக்கு உதவிய குற்றத்துக்காக ஏதெலுக்கும் மரண தண்டனையா? ஒரு பெண் என்பதற்காகவாவது அவருடைய தண்டனையைக் குறைக்கக்கூடாதா?

'முடியவே முடியாது' என்றது அரசாங்கம். 'இப்போது நாங்கள் ஏதெலை மன்னித்துவிட்டால், நாளைக்கு எல்லா நாடுகளும் அமெரிக்கப் பெண்களை உளவாளிகளாகப் பயன்படுத்திக்கொள்ள ஆரம்பித்துவிடுவார்கள்.'

அடுத்த பல மாதங்கள் ரோஸன்பெர்க் தம்பதியர் பலவிதமாக மேல் முறையீடு செய்துபார்த்தார்கள். அவர்களுடைய நண்பர்கள், நலன்விரும்பிகளும் பல்வேறு வழிகளில் முயற்சி செய்தார்கள். எதுவும் பலிக்கவில்லை.

1953ம் வருடம் ஜூன் மாதம். ஜூலியஸ், ஏதெல் இருவருக்கும் மரண தண்டனை விதிக்கப்படுவது உறுதியாகிவிட்டது. கடைசி முயற்சியாக 'நீங்கள் செய்த தவறை ஒப்புக்கொள்ளுங்கள். உங்களுடைய கூட்டாளிகள் சிலரை அடையாளம் காட்டுங்கள். அதனால் உங்கள் தண்டனை கொஞ்சம் குறையலாம்' என்று ஆசை காட்டியது அமெரிக்க அரசாங்கம்.

ரோஸன்பெர்க் தம்பதியர் அதை ஏற்றுக்கொள்ள மறுத்து விட்டார்கள். 'நீங்கள் இப்படிக் கேட்பதே எங்கள்மீது எந்தத் தவறும் இல்லை என்பதை நிரூபிக்கிறது. நாங்கள் செய்யாத தப்பை ஒப்புக்கொள்ளமாட்டோம்' என்று பிடிவாதமாகச் சொல்லிவிட்டார்கள்.

கடைசி விநாடிவரை அவர்களுடைய மனம் மாறும் என்று அரசாங்கம் நம்பியது. அது நடக்கவில்லை. அந்த ஜூன் 19ம் தேதி ஜூலியஸ், ஏதெல் இருவரும் அடுத்தடுத்து மின்சார நாற்காலியில் அமர்ந்து மரணமடைந்தார்கள்.

ரோஸன்பெர்க் தம்பதியரின் மரணத்துக்குப்பிறகும் அவர்கள்மீது எந்தத் தவறும் இல்லை என்கிற பிரசாரம் தொடர்ந்தது. முக்கியமாக அவர்களுடைய நண்பர்களும் பிள்ளைகளும் இதைப்பற்றித் தொடர்ந்து பேசிவந்தார்கள். இப்போதும் அவர்களை அப்பாவிகள் என்று நம்புகிறவர்கள் உண்டு.

பல வருடங்கள் கழித்து ரஷ்ய உளவுத்துறையாகிய கே.ஜி. பி.யின் ரகசிய ஆவணங்கள் பல வாசிலி மிட்ரோகின்மூலம்

வெளியாகின. இவற்றில் ரோஸன்பெர்க் தம்பதியர் அவர்களுக்குத் தொடர்ந்து உதவிவந்திருப்பது குறிப்பிடப்பட்டுள்ளது. சோவியத் யூனியனின் அணு ஆயுத ஆராய்ச்சியை விரைவுபடுத்தியதில் இவர்களுக்கு முக்கியப் பங்கு இருந்திருக்கவேண்டும் என்று தெரிகிறது.

அணு ஆயுதம்மட்டுமல்ல. இந்தக் காலகட்டத்தில் அமெரிக்கா செய்துவந்த ஒவ்வொரு விஷயம்பற்றியும் தெரிந்துகொள்வதற்குச் சோவியத் யூனியன் ஆர்வத்தோடு இருந்தது. அந்தத் தகவல்களை அவர்கள் பயன்படுத்திக்கொள்கிறார்களோ, இல்லையோ, எதிராளி என்ன செய்கிறான் என்பதை நிச்சயமாகத் தெரிந்துகொள்ள விரும்பினார்கள்.

இதனால் அடுத்த நாற்பது ஆண்டுகளுக்கு அமெரிக்காவில் சோவியத் உளவாளிகளுக்குக் குறைச்சலே இல்லை. ஒருவர் போனால் இன்னொருவர் என்று மாற்றி மாற்றி ஏதோ ஒருவழியில் தகவல்கள் சோவியத் யூனியனுக்குச் சென்றுகொண்டுதான் இருந்தன. அவற்றை விரட்டிப் பிடிப்பதற்கே எஃப்.பி.ஐ.க்கு நேரம் சரியாக இருந்தது.

11. நிஜமோ? பொய்யோ?

அந்தக் காலத்தில் ராஜாக்கள் ஒரு நாட்டின்மீது படையெடுத்தால் அவர்களுடைய படைகள் அங்குள்ள தங்கம், வெள்ளி, வைரம், வைடூரியம் என்றுதான் அள்ளிக்கொள்வார்கள். சில சபல கேஸ் பேர்வழிகள் பெண்களைத் துரத்துவார்கள். வீடுகள்/ கடைகளை ஆக்கிரமித்துக்கொள்வார்கள். அன்றுமுதல் இன்றுவரை வழிமுறைகள் லேசாக மாறினாலும் வழக்கம் இதுதான்.

சென்ற நூற்றாண்டின் முற்பகுதியில் இந்தப் பட்டியலோடு இன்னொரு புதிய விஷயம் சேர்ந்துகொண்டது. போரில் ஜெயித்து ஒரு நாட்டினுள் நுழைகிற படைகள் காசு, பணம், விலைமதிப்பு மிகுந்த பொருள்களைக் கொள்ளையடிப்பதோடு நிறுத்திக்கொள்ளாமல் அங்கே கிடைக்கும் ஆவணங்களையும் திரட்ட ஆரம்பித்தார்கள்.

ஆவணங்களா? வெறும் காகிதங்களை வைத்துக்கொண்டு என்ன செய்வார்கள்?

நிறைய செய்யலாம். அதற்கு நல்ல உதாரணம் வில்லியம் ஃபிஷரின் வாழ்க்கை!

பிரிட்டனில் பிறந்த வில்லியம் ஜென்ரிகோவிச் ஃபிஷருடைய பெற்றோர் இருவரும் ரஷ்யாவைச் சேர்ந்தவர்கள். ஜார் மன்னர்களின் ஆட்சிக் காலத்தில் அதை எதிர்த்துக் கலகம் செய்த கோஷ்டியில் இடம்பெற்றிருந்தவர்கள்.

ஆனால் அவர்களுடைய காலத்தில் இந்தக் கலவரங்களுக்குப் போதுமான மக்கள் ஆதரவு இல்லை. ஜார் அரசாங்கம் இவர்களை நசுக்கி எறியப் பார்த்தது. 1901ம் வருடம் ரஷ்யாவிலிருந்து தப்பி இங்கிலாந்தில் குடியேறினார்கள்.

இரண்டு வருடங்கள் கழித்து, அவர்களுக்கு ஒரு மகன் பிறந்தான். அவனுக்குப் பதினான்கு வயதானபோது, ரஷ்யாவில் ஜார் ஆட்சி தூக்கி எறியப்பட்டது.

அதன்பிறகு, வில்லியம் ஃபிஷர் குடும்பம் ரஷ்யாவுக்குத் திரும்பத் தடை எதுவும் இல்லை. 1921ல் பதினெட்டு வயது ஃபிஷர் மாஸ்கோவில் குடியேறினார்.

ஃபிஷருக்கு ஆங்கிலம், ரஷ்ய மொழி ஆகிய இரண்டும் நன்றாகத் தெரிந்திருந்ததால் கொஞ்சநாள் மொழிபெயர்ப்பாளராக வேலை பார்த்தார். அதன்பிறகு ராணுவத்தில் சேர்ந்து ரேடியோ ஆபரேட்டராகப் பயிற்சி பெற்றார்.

அடுத்த பத்து வருடங்களுக்கும் மேலாக சோவியத் ராணுவத்தில் பல துண்டு துக்கடாப் பொறுப்புகளை வகித்தார் ஃபிஷர். ஒருகட்டத்தில் ரேடியோ ஆபரேட்டர்களுக்குப் பயிற்சி தருகிற பள்ளியின் தலைவராகவும் பணியாற்றினார்.

ஆனால் இத்தனைக்குப்பிறகும் சோவியத் மேலதிகாரிகளுக்கு ஃபிஷர்மீது முழு நம்பிக்கை வரவில்லை. அவர் இங்கிலாந்தில் பிறந்தார் என்பதாலோ என்னவோ மிகவும் ரகசியமான வேலைகளை அவரிடம் ஒப்படைக்கத் தயங்கினார்கள். 1938ல் சில பிரச்னைகள் காரணமாக அவரை டிஸ்மிஸ் செய்துவிட்டார்கள்.

அடுத்த வருடம் இரண்டாம் உலகப் போர் தொடங்கிவிட்டது. ஜெர்மன் எல்லைக்குள் ஊடுருவிச் செல்லும் உளவாளிகள்

மற்றும் ரேடியோ ஆபரேட்டர்கள் பலருக்குப் பயிற்சி அளிப்பதற்கு நிறையப் பேர் தேவைப்பட்டார்கள். மீண்டும் ஃபிஷரை அழைத்துக்கொண்டது சோவியத் ராணுவம்.

இந்தக் காலகட்டத்தில்தான் அவர் பல உளவாளிகளோடு கலந்து பழக ஆரம்பித்தார். வெளிநாட்டு எல்லைக்குள் இருந்தபடி யாருக்கும் சந்தேகம் வராமல் தகவல்களைத் திரட்டுவது, சோவியத் மேலிடத்துக்கு அனுப்பிவைப்பது என்று பல விஷயங்களைக் கற்றுக்கொண்டார்.

உலகப் போர் முடிந்தபிறகு அமெரிக்காதான் சோவியத் யூனியனின் ஒரே குறியாகிவிட்டது. அவர்களுடைய ஏஜென்ட்கள் பலர் மாற்றுப் பெயர்களில் இங்கே வந்து வாழத் தொடங்கினார்கள். சும்மா பேருக்கு ஏதோ ஒரு வேலை பார்த்துக்கொண்டு இங்கே தகவல்களைத் திரட்டுவது, தங்களுக்கு உதவுபவர்களைத் தேர்ந்தெடுத்து வேலை வாங்குவது, பணம் பட்டுவாடா செய்வது, அந்தத் தகவல்களை ரகசியமாக அனுப்பிவைப்பது போன்ற வேலைகளைக் கவனித்தார்கள்.

இந்த வேலைக்குதான் வில்லியம் ஃபிஷர் தேர்ந்தெடுக்கப்பட்டார். இதற்கு முக்கியக் காரணங்கள் இரண்டு: அவருக்கு நன்றாக ஆங்கிலம் பேசவரும். இயல்பாகவே மேற்கத்தியப் பழக்கவழக்கங்களைக் கொண்டவர். ஆகவே யாருக்கும் அவர்மீது சந்தேகம் வராது.

வில்லியம் ஃபிஷரை அமெரிக்கா அனுப்புவது என்று முடிவுசெய்தவுடன் அதற்காக ஒரு பெரிய குழுவே இயங்க ஆரம்பித்தது. இவர்களுடைய வேலை அவர் அமெரிக்கா செல்லும் 'ரூட்'டைக் கண்டுபிடிப்பது.

என்ன பெரிய ரூட்? விமான டிக்கெட் வாங்கிக்கொண்டு நேராக அமெரிக்காவில் போய் இறங்கமுடியாதா?

அது கஷ்டம். சோவியத் யூனியனிலிருந்து ஒருவர் அமெரிக்காவுக்கு வருகிறார் என்றால் அதற்கு ஆயிரம் விதிமுறைகள் இருக்கும். கேள்விகள், சந்தேகங்கள், விசாரணைகள், எங்கேயாவது

அவர்களுக்கு ஃபிஷர்மீது சந்தேகம் தட்டிவிட்டால் 'அப்படியே யு டர்ன் எடுத்துத் திரும்பிப் போ' என்று சொல்லிவிடுவார்கள்.

ஒருவேளை இந்த ஆரம்ப விசாரணையில் அவர் தப்பிப் பிழைத்துவிட்டாலும் எஃப்.பி.ஐ. சும்மா இருக்காது. அவருடைய பெற்றோர் ரஷ்யாவைச் சேர்ந்தவர்கள், இவர் ரஷ்ய ராணுவத்தில், மற்ற அரசுப் பிரிவுகளில் பல வருடம் பணியாற்றியிருக்கிறார் என்பதுபோன்ற தகவல்களை வைத்து ஃபிஷர்மீது ஸ்டாம்ப் குத்திவிடுவார்கள். நாள்முழுக்க அவரைக் கண்காணித்துக்கொண்டிருப்பார்கள். அவர்களை ஏமாற்றிவிட்டு உளவு வேலை செய்வதெல்லாம் ரொம்ப ரிஸ்க்.

ஆகவே சோவியத் ஏஜென்ட்கள் அமெரிக்காவுக்குள் செல்கிறார்கள் என்றால் அதற்குப் பலவிதமான ஆவணங்கள், குறுக்கு வழிகள் தயார் செய்யப்படும். எந்தவிதத்திலும் அவர்களுடைய சோவியத் பின்னணியை எஃப்.பி.ஐ. கண்டுபிடித்துவிடமுடியாதபடி கவனமாக வேலை செய்வார்கள்.

சோவியத்மட்டுமில்லை. அநேகமாக எல்லா நாட்டு உளவுத்துறைகளும் இதற்கென்றே 'டாகுமென்டேஷன் எக்ஸ்பர்ட்ஸ்' என்கிற விசேஷப் பிரிவை வைத்திருப்பார்கள். இவர்களுடைய வேலை, யார் வெளிநாடு செல்கிறார்களோ அவர்களுக்குப் பாஸ்போர்ட் தொடங்கிச் சகல திருட்டு ஆவணங்களையும் தயார் செய்து கொடுப்பது.

இங்கேதான் வெளிநாடுகளில் கொள்ளையடிக்கும் ஆவணங்கள் அவர்களுக்கு உதவுகின்றன. உதாரணமாக வில்லியம் ஃபிஷர் விஷயத்தில் என்ன நடந்தது என்று பாருங்கள்.

1948ம் வருடம் வில்லியம் ஃபிஷர் கனடாவுக்குப் புறப்பட்டுச் சென்றார். அப்போது அவரிடம் இருந்த பாஸ்போர்ட் 'ஆண்ட்ரூ கயோடிஸ்' என்பவருடையது.

யார் இந்த ஆண்ட்ரூ கயோடிஸ்?

அவர் அமெரிக்காவில் பிறந்து வளர்ந்தவர். 1947ல் லிதூனியாவுக்குச் சென்றிருந்தபோது அங்கே மரணமடைந்துவிட்டார்.

ஆண்ட்ரூ கயோடிஸின் பாஸ்போர்ட்டை சோவியத் யூனியன் கையகப்படுத்திவைத்திருந்தது. அதைப் பயன்படுத்தி வில்லியம் ஃபிஷரைக் கனடாவுக்கு அனுப்பிவைத்தார்கள்.

கனடாவில் பல மாதங்களைக் கழித்தபிறகு அங்கிருந்து நியூ யார்க்குக்குச் சென்றார் வில்லியம் ஃபிஷர் (அதாவது ஆண்ட்ரூ கயோடிஸ்). இது எப்போது நடந்தது என்று சரியாகத் தெரியவில்லை. 1950ஆக இருக்கலாம்.

அமெரிக்காவினுள் நுழைந்தவுடன், மறுபடியும் வில்லியம் ஃபிஷரின் பெயர் மாறிவிட்டது. இப்போது அவருக்குத் தரப்பட்ட ஆவணங்களில் அவருடைய பெயர் 'எமில் கோல்ட்ஃபஸ்'.

இந்த எமில் கோல்ட்ஃபஸ் நியூ யார்க்கில் பிறந்தவர். வில்லியம் ஃபிஷருக்கும் அவருக்கும் சில மாத வித்தியாசம்தான். ஆனால் எமில் கோல்ட்ஃபஸ் ஒன்றரை வயதை எட்டுவதற்குள் இறந்துவிட்டார்.

47 வருடங்களுக்குமுன்னால் இறந்துபோன எமில் கோல்ட்ஃபஸ் பற்றிய விவரங்கள் எப்படியோ சோவியத் உளவுத்துறைக்குக் கிடைத்திருந்தன. அவர்கள் அதை அடித்து நெளித்து ஒழுங்குபண்ணி வில்லியம் ஃபிஷரிடம் ஒப்படைத்துவிட்டார்கள்.

இப்படிப் 'பக்கா'வாக ஆவணங்களை ஏற்பாடு செய்திருந்தாலும் சோவியத் அதிகாரிகளுக்குக் கொஞ்சம் பயம் மிச்சமிருந்தது. 'அமெரிக்காவில் ஃபிஷர் எங்கேயும் வேலை பார்க்கக்கூடாது. சொந்தத் தொழில்தான் செய்யவேண்டும்' என்று தீர்மானித்துவிட்டார்கள்.

காரணம், அமெரிக்கக் கம்பெனிகளில் ஒருவர் வேலைக்குச் சேர்கிறார் என்றால் அவருடைய பின்னணியைப்பற்றி நன்றாக அலசி ஆராய்வார்கள். ஏதாவது வம்பு தெரிந்தால் வேலை தரமாட்டார்கள்.

வேலை கிடக்கிறது கழுதை. அவர்களுடைய விசாரணையில்

வில்லியம் ஃபிஷர்மீது ஏதாவது சந்தேகப் பொறிதட்டி போலிஸுக்கோ எஃப்.பி.ஐ.க்கோ தகவல் சொல்லிவிட்டால் என்ன ஆவது? அந்த ரிஸ்கே வேண்டாம் என்று தீர்மானித்தது சோவியத் யூனியன்.

இதனால் நியூ யார்க்கில் வில்லியம் ஃபிஷர் ஓர் ஓவியக் கலைக்கூட(ஸ்டூடியோ)த்தை அமைத்தார். சக ஓவியர்கள், விமர்சகர்கள், பத்திரிகையாளர்கள் என்று நட்பு வளர்த்துக் கொண்டார். அவருடைய கலை ஆர்வத்தைப் பார்த்து எல்லோரும் வியந்தார்கள்.

அதேநேரம் திரைமறைவில் அவருக்குப் பல புதிய அறிமுகங்கள் கிடைத்துக்கொண்டிருந்தன. இவர்கள் எல்லோரும் அமெரிக்காவில் வாழும் சோவியத் பிரஜைகள், அல்லது கம்யூனிஸ்ட் கட்சி உறுப்பினர்கள்.

இவர்களுடைய உதவியுடன் அமெரிக்காவின் புதிய கண்டுபிடிப்புகள், ராணுவ நடவடிக்கைகளைப்பற்றிய விவரங்களைத் திரட்டும் முயற்சியில் இறங்கினார் வில்லியம் ஃபிஷர். முக்கியமான அலுவலகங்கள் மற்றும் ஆராய்ச்சிக் கூடங்களில் வேலை செய்கிறவர்களைச் சந்திப்பது, பல காரணங்களைச் சொல்லித் தங்கள் பக்கம் இழுப்பது, அவர்கள் ரகசிய ஆவணங்களைப் பதிவு செய்யத் தேவையான கேமரா போன்ற உபகரணங்களை ஏற்பாடு செய்து தருவது, அவற்றைக் 'கூரியர்' எனப்படும் தூதுவர்களின்மூலம் வாங்கிக்கொள்வது, ஒவ்வோர் ஆவணத்தின் முக்கியத்துவத்துக்கு ஏற்பப் பணம் தருவது, அதை சோவியத் உளவுத்துறைக்கு அனுப்பிவைப்பது என்று எல்லாமே காதும் காதும் வைத்தாற்போல் நடந்துகொண்டிருந்தது.

ஃபிஷரின் செயல்திறனுக்கு ஓர் அடையாளமாக, எஃப்.பி.ஐ.க்கு அவர்மீது சந்தேகமே வரவில்லை. பனிப்போர் காரணமாக அவர்கள் ஒட்டுமொத்த அமெரிக்காவையும் சல்லடை போட்டு வடிகட்டிக்கொண்டிருந்தபோதும் ஃபிஷர் ஒரு சோவியத் ஒற்றராக இருக்கக்கூடும் என்று அவர்கள் நினைக்கவில்லை.

ஆனால் இதுமாதிரி விஷயங்களில் எஃப்.பி.ஐ.க்கு நல்ல அதிர்ஷ்டம் உண்டு. ஃபிஷர் எவ்வளவுதான் திறமையாகச் செயல்பட்டாலும், அவரிடம் வேலை செய்த கூட்டாளிகளில் ஒருவர் செய்த தவறால் மாட்டிக்கொண்டார்.

அந்தக் கூட்டாளியின் பெயர் ரெய்னோ ஹாய்ஹனென். சோவியத் உளவுத்துறையைச் சேர்ந்தவர். அமெரிக்காவில் ஃபிஷருக்குக் கூரியராகப் பணியாற்றியவர்.

ரெய்னோ ஹாய்ஹனென் ரொம்பக் காமெடியான கேரக்டர். சரியான தண்ணி பார்ட்டி. கவனக்குறைவு, ஞாபகமறதி எல்லாமே உண்டு. ஏதாவது ஒரு தப்பு செய்துவிட்டு அதை மறைப்பதற்கு ஆயிரம் பொய் சொல்வது அவருடைய ஸ்பெஷாலிட்டி.

உண்மையில் ஹாய்ஹனென் போன்ற ஆள்கள் உளவாளிகளாகப் பணிபுரிய லாயக்கே இல்லை. செம ஸ்மார்ட்டான ஏஜென்ட்களைக் கொண்ட ரஷ்ய உளவுத்துறையினர் எப்படியோ தப்பித்தவறி இவரை வேலைக்குச் சேர்த்துவிட்டார்கள். பேக் செய்து அமெரிக்காவுக்கும் அனுப்பிவிட்டார்கள்.

ஹாய்ஹனென் இங்கே வந்து சேர்ந்த சில மாதங்களுக்குள் செம சொதப்பலாக ஒரு வேலையைச் செய்திருந்தார். அப்போது அவர் எஃப்.பி.ஐ.யிடம் சிக்காமல் தப்பியதே பெரிய ஆச்சர்யம்தான்.

ஜூன் 1953. ப்ரூக்ளினில் ஒரு பையன் தெருத்தெருவாகச் சென்று செய்தித்தாள்களை விற்றுக்கொண்டிருந்தான். அவனிடம் பேப்பர் வாங்கியவர்கள் தரும் காசைப் பாக்கெட்டில் போட்டுக்கொண்டு அடுத்த இடத்தை நோக்கி ஓடினான்.

அந்தப் பையன் ஒரு படியில் இறங்கி ஓடிக்கொண்டிருக்கும்போது திடீரென்று அவன் பாக்கெட்டில் இருந்த சில்லறைக் காசுகள் கீழே விழுந்தன. அவசரமாகக் குனிந்து பொறுக்க ஆரம்பித்தான்.

ஆச்சர்யமான விஷயம், கீழே விழுந்த நாணயங்களில் ஒன்று இரண்டாகப் பிளந்து கிடந்தது.

உலோகத்தில் தயாராகும் காசு எப்படிப் பிளக்கும்? வியப்போடு அந்தக் காசை எடுத்துப் பார்த்தான் பேப்பர் பையன்.

உண்மையில் அது காசே அல்ல. ‘நிக்கல்’ என்று செல்லமாக அழைக்கப்படுகிற ஐந்து சென்ட் நாணயத்தைப்போலவே அச்சு அசலாகத் தயாரிக்கப்பட்டிருந்த ஒரு லாக்கெட். பேப்பர் வாங்கிய யாரோ இந்தப் பொய்க் காசை அவனிடம் தள்ளிவிட்டிருக்கிறார்கள்.

அந்தப் பேப்பர் பையனுக்கு ஐந்து சென்ட் இழப்பாகிவிட்டதே என்கிற ஏமாற்றத்தைவிட அந்த லாக்கெட்டினுள் என்ன இருக்கிறது என்பதைப் பார்க்கும் ஆர்வம் அதிகமாக இருந்தது. நகத்தால் அதைக் கீறி நன்றாகத் திறந்து பார்த்தான்.

உள்ளே இருந்தது ஒரு புகைப்படம். அதைக் கூர்ந்து கவனித்தால் நிறைய எண்கள் தெரிந்தன. ஆனால் வெறும் கண்களால் அவற்றைப் படிக்கமுடியவில்லை. லென்ஸ் வைத்துப் படித்தால் தெரியுமோ என்னவோ!

அந்தப் பையன் அந்த லாக்கெட்டையும் புகைப்படத்தையும் தூக்கி வீசிவிட்டுப் போயிருக்கலாம். ஆனால் அவனுக்கு இதில் ஏதோ விவகாரம் இருக்கிறது என்று தோன்றியது. நேராக போலிஸுக்குச் சென்றுவிட்டான்.

அடுத்த நாள் அந்தப் போலி நாணயம் எஃப்.பி.ஐ.க்குச் சென்றது. அவர்கள் தங்களுடைய ஆய்வகத்தில் அதனை ஆராய்ச்சி செய்துபார்த்தார்கள். அதில் இருந்த எண்கள் எல்லாம் ஏதோ சங்கேத மொழியில் டைப் செய்யப்பட்டிருப்பது புரிந்தது.

அதைவிட முக்கியம், அந்தத் தட்டச்சு இயந்திரம் அமெரிக்காவைச் சேர்ந்தது அல்ல. அநேகமாக வேறொரு நாட்டிலிருந்துதான் இந்தத் தகவல்கள் வந்திருக்கவேண்டும்.

ஆக, இங்கே நியூ யார்க்கில் யாரோ ஓர் உளவாளி இருக்கிறான். அவனுக்குச் சென்று சேரவேண்டிய ரகசியத் தகவல்கள் எப்படியோ கைதவறி இந்தப் பேப்பர் பையனிடம் வந்துவிட்டன.

உடனடியாக ப்யூரோ தனது விசாரணையைத் தொடங்கியது.

அந்தப் பையனை அழைத்துக்கொண்டு தெருத்தெருவாக அலைந்தார்கள். அன்றைக்கு அவனிடம் பேப்பர் வாங்கியவர்களையெல்லாம் தேடிக் கண்டுபிடித்து விசாரித்து விடப் பார்த்தார்கள். ஒன்றும் வேலைக்கு ஆகவில்லை.

அதன்பிறகு அவர்கள் திரும்பிய திசைகளிலெல்லாம் முட்டுச் சந்துகளே தெரிந்தன. 'இந்தக் கேஸை அப்புறம் பார்த்துக்கொள்ளலாம்' என்று ஊறப்போட்டார்கள்.

உண்மையில் அந்த நாணயம் ரெய்னோ ஹாய்ஹனெனிடம் இருந்தது. அநேகமாக அவர்தான் அதைக் கவனக்குறைவாகப் பேப்பர்காரனிடம் கொடுத்திருக்கவேண்டும். ஒருவேளை எஃப்.பி.ஐ. இதைத் துப்பறிந்து ஹாய்ஹனெனைக் கண்டுபிடித்திருந்தால் வில்லியம் ஃபிஷரும் வம்பில் மாட்டிக்கொண்டிருக்கக்கூடும். அதிர்ஷ்டவசமாக அப்படி எதுவும் நடக்கவில்லை.

கொஞ்ச நாள் கழித்து ஹாய்ஹனென் வில்லியம் ஃபிஷரிடம் வந்து சேர்ந்தார். அவருடைய உதவியாளராக இயங்க ஆரம்பித்தார் (1954).

ஃபிஷரோடு ஒப்பிடும்போது ஹாய்ஹனெனுக்குத் திறமை போதாது. ஓவரான குடிப்பழக்கம் வேறு. ஐயா நல்ல போதையில் இருக்கும்போது செமத்தியாக உளறுவார். அந்த நேரத்தில் அவர் வாயில் எந்த ரகசியமும் தங்காது.

ஆரம்பத்தில் ஃபிஷர் இதைக் கவனிக்கவில்லை. அல்லது பொருட்படுத்தவில்லை. 'அவருடைய பர்ஸனல் விஷயம் நமக்கு எதற்கு?' என்று நினைத்தாரோ என்னவோ, ஹாய்ஹனெனை நம்பிப் பல முக்கியமான பொறுப்புகளை ஒப்படைத்தார்.

ஃபிஷர் ஹாய்ஹனெனுக்குக் கொடுத்த முதல் வேலைகளில் ஒன்று, நியூ யார்க்கில் இருக்கும் ஐ.நா. தலைமைச் செயலகத்தில் பணிபுரியும் சோவியத் ஏஜென்ட் ஒருவரிடமிருந்து சில முக்கியமான ஃபைல்களைக் கடத்திக் கொண்டுவரவேண்டும். அதை ஒரு ரகசிய இடத்திற்குக் கொண்டுசேர்க்கவேண்டும்.

ஹாய்ஹனென் உற்சாகமாகக் கிளம்பிச் சென்றார். ஆல்கஹால் வாடையோடு திரும்பி வந்தார். 'வேலையைக் கச்சிதமா முடிச்சுட்டேன்' என்றார்.

ஆனால் அந்த ஃபைல் உரிய இடத்துக்குச் சென்று சேரவே இல்லை. எங்கே போனது? யார் கையில் சிக்கியது? எவருக்கும் தெரியவில்லை.

முதன்முறையாக ஃபிஷருக்கு ஹாய்ஹனென்மீது கோபம் வந்தது. ஒருவேளை அந்த ஃபைல் எஃப்.பி.ஐ.க்குக் கிடைத்துவிட்டால் என்ன ஆகும் என்று யோசித்துக் கவலைப்பட்டார் அவர். அதைவிட எரிச்சல், இத்தனை வம்புக்கும் காரணமான ஹாய்ஹனென் ஒன்றுமே நடக்காததுபோல் ரிலாக்ஸாக இருப்பதுதான்.

அப்போதே ஃபிஷர் உஷாராகியிருக்கவேண்டும். ஹாய்ஹனெனைக் கழற்றிவிட்டிருக்கவேண்டும். ஏதோ நம்பிக்கையில் அவருக்கு மேலும் சில வாய்ப்புகளைக் கொடுத்தார்.

ஃபிஷர் தந்த வேலைகளில் ஒன்றைக்கூட ஹாய்ஹனெனால் உருப்படியாக முடிக்கமுடியவில்லை. ஒவ்வொருமுறையும் வீராவேசமாகப் பேசுவார். ஆனால் எதையும் செயலில் காட்டமாட்டார். இதற்கு நடுவே பொய் சொல்லி உளவு வேலைகளுக்காக ஒதுக்கப்பட்டிருந்த பணத்தைத் திருடுகிற பழக்கமும் அவருக்கு இருந்தது.

உதாரணமாக, போன அத்தியாயத்தில் மார்டன் சோபெல் என்ற சோவியத் உளவாளியைப்பற்றிப் பார்த்தோம். ரோஸன்பெர்க் தம்பதியரோடு அவரும் கைதாகி முப்பது வருடங்கள் உள்ளே தள்ளப்பட்டிருந்தார்.

இந்த மார்டன் சோபெலின் மனைவி ஹெலெனுக்காக சோவியத் யூனியன் ஐந்தாயிரம் டாலர்களை அனுப்பியிருந்தது. இதை அவரிடம் பத்திரமாக ஒப்படைக்கவேண்டிய பொறுப்பை ரெய்னோ ஹாய்ஹனெனிடம் கொடுத்தார் ஃபிஷர்.

வழக்கம்போல் ஹாய்ஹனென் பணத்தோடு கிளம்பிச் சென்றார். திரும்பி வந்து கட்டை விரல் உயர்த்திக் காட்டினார். 'அந்த ஹெலெனைத் தேடிக் கண்டுபிடிக்கறதுக்குள்ள போதும் போதும்ன்னு ஆயிடுச்சு' என்று சலித்துக்கொண்டார். 'ஆனாலும் விடுவேனா? கரெக்டா அந்தம்மா வீட்டை மோப்பம் பிடிச்சுப் பணத்தை ஒப்படைச்சுட்டேன்!'

எல்லாம் பேச்சுதான். உண்மையில் ஹாய்ஹனென் ஹெலெனைச் சந்திக்கவும் இல்லை. பணத்தைக் கொடுக்கவும் இல்லை. ஐந்தாயிரம் டாலர்களையும் அவரே சுருட்டிக்கொண்டுவிட்டார்.

இந்தச் சம்பவத்துக்குப்பிறகுதான் ஃபிஷர் மெல்லமாக ஹாய்ஹனெனிடமிருந்து ஒதுங்க ஆரம்பித்தார். கொஞ்ச காலத்துக்கு முக்கியமான வேலைகள் எவற்றையும் அவரிடம் ஒப்படைக்கவில்லை.

இதனால் ஹாய்ஹனென் இன்னும் நிறையக் குடிக்க ஆரம்பித்தார். மது போதையில் கலாட்டா செய்து போலிஸிடம் மாட்டிக்கொண்டார். அவருடைய ஓட்டுனர் உரிமமும் ரத்து செய்யப்பட்டது.

இன்றைக்கு இல்லாவிட்டாலும் என்றைக்காவது இந்த ஆளால் தனக்கு ஆபத்து உண்டு என்பதை ஃபிஷர் புரிந்துகொண்டார். ரெய்னோ ஹாய்ஹனென்மாதிரி பார்ட்டிகளைச் சீக்கிரம் கழட்டிவிடுவதுதான் நமக்கு நல்லது என்று தீர்மானித்தார் அவர்.

உடனடியாக சோவியத் யூனியனுக்கு அவசரத் தகவல் அனுப்பினார் வில்லியம் ஃபிஷர். 'தயவுசெஞ்சு இந்த ஆளைத் திரும்பக் கூட்டிக்கோங்க. இல்லாட்டி நம்ம எல்லாரையும் மாட்டவெச்சுடுவார்!'

இதையடுத்து மேலிடத்திலிருந்து ஹாய்ஹனெனுக்குக் கால் கடிதாசி வந்தது. 'தம்பி, நீ தேசச்சேவை செஞ்சது போதும். சமர்த்துப் பிள்ளையா ஊருக்குத் திரும்பி வந்துடுப்பா!'

ரெய்னோ ஹாய்ஹனெனுக்கு ஏமாற்றம். அவருக்கு சோவியத் எல்லைக்குள் திரும்பிச் செல்வதில் விருப்பமே இல்லை. ஏதாவது பொய்க் காரணங்களைச் சொல்லித் தப்பித்துவிடலாம் என்று முயற்சி செய்தார்.

ஆனால் அவர் சொன்ன எதையும் ஃபிஷர் நம்பவில்லை. ஒவ்வொருமுறை ஹாய்ஹனென் சாக்குப்போக்குகள் சொல்லித் தன்னுடைய பயணத்தைத் தள்ளிப்போடும்போதும் இவர் வலியச் சென்று குறுக்கிட்டு அந்தப் பிரச்னையைத் தீர்த்துவைத்தார். 'எஃப்.பி.ஐ.க்காரன் இங்கே வர்றதுக்குள்ளே சீக்கிரம் கிளம்பு' என்று வற்புறுத்தினார்.

கடைசி நிமிடத்தில் ஹாய்ஹனென் மீண்டும் முருங்கை மரத்தின்மீது ஏறிக்கொண்டார். 'மாஸ்கோவரைக்கும் பயணம் செய்யறதுக்கு என் கையில காசு இல்லை!'

எப்படியாவது இந்தாளைத் துரத்திவிடவேண்டும் என்பதில் உறுதியாக இருந்த வில்லியம் ஃபிஷர், அவருக்கு 200 டாலர்களைக் கொடுத்தார். ஃபிரான்ஸுக்குக் கப்பலேற்றி அனுப்பிவைத்தார்.

1957 மே 1ம் தேதி ஹாய்ஹனென் பாரிஸ் வந்து இறங்கினார். அங்கிருந்த கே.ஜி.பி.யின் ரகசியக் கிளைக்குச் சென்று இன்னும் கொஞ்சம் பணம் வாங்கிக்கொண்டார். மாஸ்கோவுக்குப் புறப்பட்டார்.

அப்போதும் அவருக்கு முழு நிம்மதி இல்லை. அமெரிக்காவில் தனக்குத் தரப்பட்ட வேலைகள் எதையும் தான் ஒழுங்காகச் செய்யவில்லை என்பது அவருக்கு நன்றாகப் புரிந்திருந்தது. மேலிடத்து உத்தரவை மீறமுடியாமல் கிளம்பி வந்துவிட்டாரேதவிர மாஸ்கோவுக்குப் போனால் அங்கே தனக்கு என்னவிதமான 'ட்ரீட்மென்ட்' காத்திருக்கிறதோ என்று நினைத்தாலே அவருக்குக் குலை நடுங்கியது.

கடைசியாக ஹாய்ஹனென் ஒரு முடிவுக்கு வந்தார். 'சோவியத் திரும்பிச் செல்வதற்குப் பதிலாக அமெரிக்காவிடம் தஞ்சமடைந்துவிடலாம்!'

அடுத்த நாள் பாரிஸில் இருந்த அமெரிக்கத் தூதரகத்தினுள் நுழைந்தார் ஹாய்ஹனென். 'நான் ஒரு கே.ஜி.பி. ஆஃபீஸர்' என்று தன்னை அறிமுகப்படுத்திக்கொண்டார். அவர்கள் கேட்காமலே தகவல்களைக் கொட்ட ஆரம்பித்தார். இவை அனைத்தும் எஃப்.பி.ஐ.க்குச் சென்று சேர்ந்தது.

சாதாரணமாகவே சோவியத் விஷயத்தில் ப்யூரோ ரொம்ப உஷார். இப்படி ஒரு கொழுத்த மீன் தானாக வந்து சிக்கினால் சும்மா விடுவார்களா? ஹாய்ஹனெனிடம் முடிந்த தகவல்களையெல்லாம் கறந்துவிடவேண்டும் என்று மிகத் தீவிரமான விசாரணையில் இறங்கினார்கள்.

'அமெரிக்காவிலே இருக்கிற சோவியத் ஏஜென்ட்கள் யார் யார்? அவங்க உங்ககிட்டே என்னமாதிரி தகவல்களையெல்லாம் கொடுப்பாங்க? எப்படிக் கொடுப்பாங்க? ஒருவேளை போலிஸ்ல மாட்டிக்கிட்டா அதை எப்படி ஒளிச்சுவைப்பாங்க? அவங்க கொடுக்கிற தகவல்களை நீங்க எப்படி சோவியத் யூனியனுக்கு அனுப்புவீங்க? இதுக்குத் தேவையான பணமெல்லாம் எந்த வழியா, எப்படி வருது? யாரைப் பிடிச்சா என்ன ரகசியம் கிடைக்கும்ன்னு நீங்க எப்படிக் கண்டுபிடிப்பீங்க? உங்க கூட்டத்தோட தலைவன் யாரு?'

வரிசையாக எல்லாக் கேள்விகளுக்கும் பதில் சொன்னார் ஹாய்ஹனென். தன்னிடமிருந்த பல உளவு உபகரணங்களையும் காண்பித்தார்.

அப்படி அவர் காண்பித்த 'பொருள்'களில் ஒன்று, உள்ளே காலி இடம் கொண்ட போலி நாணயம். அதை நகத்தால் கீறிப் பிரித்தால் ஒரு ரகசிய ஆவணத்தை ஒட்டவைத்துக்கொள்ளலாம்.

சட்டென்று ப்யூரோவுக்குப் பொறிதட்டியது. நான்கு வருடங்களுக்கு முன்னால் ப்ரூக்ளினில் ஒரு பேப்பர் பையனிடம் அகப்பட்ட அந்தப் போலி நாணயத்தை எடுத்துக் காண்பித்தார்கள். 'இது நீங்க கொடுத்ததுதானா?'

'இருக்கலாம்' என்றார் ஹாய்ஹனென். 'பார்க்கறதுக்கு அதேமாதிரிதான் இருக்கு!'

எஃப்.பி.ஐ. தொடர்ந்து ஹாய்ஹனெனை விசாரித்தது. முக்கியமாக அமெரிக்காவில் அவருடைய முக்கிய அதிகாரி (ஆங்கிலத்தில் 'கேஸ் ஆஃபீசர்' என்று சொல்வார்கள்) யார் என்பதைக் கண்டுபிடிக்க முயன்றார்கள்.

ஹாய்ஹனென் தன்னுடைய கேஸ் ஆஃபீஸரின் பெயர் 'மார்க்' என்று சொன்னார். அது வில்லியம் ஃபிஷர்தான் என்று எஃப். பி.ஐ. துப்பறிந்து கண்டுபிடிப்பதற்குக் கொஞ்ச நாள் ஆனது.

அதற்குள் ரஷ்யாவில் பரபரப்பு. 'அமெரிக்காவிலிருந்து திரும்பி வரவேண்டிய ஹாய்ஹனெனைக் காணவில்லை. ஒருவேளை அவர் எஃப்.பி.ஐ.யிடம் காட்டியிருப்பாரோ?'

இந்தத் தகவல் வில்லியம் ஃபிஷரை எட்டியது (அப்போது அவர் 'ருடால்ஃப் ஏபெல்' என்ற இன்னொரு பெயரில் ஒளிந்திருந்தார்). 'உங்காளு எஃப்.பி.ஐ.கிட்டே மாட்டியிருந்தா முதல்ல உங்களுக்குத்தான் ஆபத்து. ஒழுங்கா அமெரிக்காவிலேர்ந்து வெளியேறிடுங்க.'

ஏனோ, வில்லியம் ஃபிஷர் அந்த உத்தரவை மதிக்கவில்லை. ஏற்கெனவே தன்னுடைய அடையாளங்களை நன்றாக மறைத்துவிட்டதால் இப்போது ஓடி ஒளியவேண்டிய அவசியம் இல்லை என்று நினைத்தாரோ என்னவோ.

ஆனால் அவர் எண்ணியதைவிட எஃப்.பி.ஐ. அதிவேகமாகச் செயல்பட்டது. 'மார்க்' என்று ஹாய்ஹனென் சொன்ன ஒரு பெயர், கூடுதல் விவரங்களை வைத்துக்கொண்டு படிப்படியாகத் துப்பறிந்து வில்லியம் ஃபிஷரைக் கண்டுபிடித்துவிட்டார்கள்.

1957 ஜூன் 21ம் தேதி. நியூ யார்க் ஹோட்டல் ஒன்றில் தங்கியிருந்த வில்லியம் ஃபிஷர் கைது செய்யப்பட்டார். அவரை டெக்ஸாஸ் அழைத்துச் சென்று தீவிர விசாரணைக்கு உட்படுத்தினார்கள்.

ஆரம்பத்தில் வில்லியம் ஃபிஷர் எதையும் ஒப்புக்கொள்ளவில்லை. எஃப்.பி.ஐ. விசாரணைக்கு ஒத்துழைக்கவும் இல்லை. தான்

செய்த தவறுகளை யாராலும் நிரூபிக்கமுடியாது என்கிற தைரியத்தில் மௌனமாகவே இருந்துவிட்டார்.

ஆனால் இந்த விளையாட்டு அதிக நாள் நீடிக்கவில்லை. ஃபிஷர் தங்கியிருந்த ஹோட்டல் மற்றும் அவருடைய அலுவலகத்தைச் சோதனை போட்ட எஃப்.பி.ஐ. ரேடியோ ட்ரான்ஸ்மிட்டர், மைக்ரோஃபிலிம் உள்ளிட்ட பல உளவுக் கருவிகளைக் கண்டுபிடித்தது. அதன்பிறகு அவரால் உண்மையை மறைக்கமுடியவில்லை. தான் திருட்டுத்தனமாக அமெரிக்காவினுள் நுழைந்ததையும் இங்கே போலி அடையாளங்களில் வாழ்ந்ததையும் ஒப்புக்கொண்டார்.

அடுத்த பல வாரங்கள் வில்லியம் ஃபிஷர்மீதான விசாரணைகள் தொடர்ந்தன. 1957ல் அவருடைய உளவாடல் குற்றங்கள் நிரூபிக்கப்பட்டன.

சாதாரணமாக இந்த தேசத் துரோகக் குற்றத்துக்கு மரண தண்டனை விதிக்கப்படுவதுதான் வழக்கம். ஆனால் வில்லியம் ஃபிஷர் விஷயத்தில் அது நடக்கவில்லை. காரணம் அவரைக் கொன்றுவிடுவதைவிட உயிரோடு வைத்திருப்பதுதான் புத்திசாலித்தனம் என்று நினைத்தது அமெரிக்க அரசாங்கம்.

அது என்ன கணக்கு?

அப்போது அமெரிக்கா மற்றும் சோவியத் யூனியன் இடையிலான பனிப்போர் உச்சத்தில் இருந்த நேரம். இருவருமே அடுத்தவர் எல்லைக்குள் தாராளமாக உளவு பார்த்துக்கொண்டிருந்தார்கள்.

இதனால் அவ்வப்போது இந்தப் பக்கம் சில சோவியத் உளவாளிகள் மாட்டுவதும் அந்தப் பக்கம் சில அமெரிக்க ஏஜென்ட்கள் சிக்கிக்கொள்வதும் சகஜமாக இருந்தது. அதுமாதிரி நேரங்களில் இந்த இரு தேசங்களுமே தங்களுடைய உளவாளிகளை அம்போ என்று விட்டுவிட விரும்பவில்லை.

இதற்கு இரண்டு காரணங்கள். ஒன்று, ஒரு தேசம் தன்னுடைய உளவுத்துறையில் ஆள்களைச் சேர்க்கும்போதே அவர்களுடைய

பாதுகாப்புக்குத் தன்னால் இயன்றதைச் செய்வோம் என்கிற உத்திரவாதத்தையும் வழங்குகிறது. இப்போது வம்பு வந்ததும் அவர்களைக் கைவிடுவது நியாயமில்லை. அப்படிச் செய்தால் நாளைக்குப் புதிதாக யாரும் உளவுத்துறையில் சேரமாட்டார்கள்.

அடுத்த காரணம், நம்முடைய உளவாளிகள் அந்தப் பக்கம் மாட்டிக்கொண்டிருந்தால் அது எப்போதும் நமக்கு ஆபத்து. அவர்கள் எப்போது சிறைத் தண்டனை அல்லது சித்திரவதைக்குப் பயந்து உண்மைகளைக் கக்க ஆரம்பித்துவிடுவார்களோ? யாருக்குத் தெரியும்? அவர்களைச் சீக்கிரம் இந்தப் பக்கம் கொண்டுவந்துவிட்டால்தான் நல்லது!

இதனால் அமெரிக்காவுக்கும் சோவியத்துக்கும் இடையே அப்போது ஓர் எழுதப்படாத ஒப்பந்தம் அமலில் இருந்தது. 'என்னுடைய உளவாளி உன்னிடம் மாட்டிக்கொண்டால் உடனே விடுவித்துவிடு. பதிலுக்கு உன் ஆள் ஒருத்தனை நான் விடுவித்துவிடுகிறேன். தானிக்கு தீனி சரியாப் போச்சு!'

உண்மையில் இந்த விஷயம் அத்தனை சுலபத்தில் முடிந்துவிடாது. அமெரிக்க உளவாளி யாராவது மாட்டினால் சோவியத்காரர்கள் அடித்துப் பிழிந்து தேவையான விவரங்களையெல்லாம் கறந்துவிடுவார்கள். சோவியத் உளவாளி ஒருவன் அமெரிக்காவில் போய் மாட்டினாலும் அதே கதைதான்!

இப்படி நன்றாகக் கச்சேரி நடத்தி எல்லாத் தகவல்களையும் உறிஞ்சியெடுத்தபிறகு அந்த உளவாளியால் நமக்கு எந்தப் பிரயோஜனமும் இல்லை என்று நிச்சயமாகத் தெரிந்துகொள்வார்கள். அதன்பிறகு எதிரி தேசத்தோடு ஒரு பேச்சுவார்த்தை நடத்துவார்கள். அதில் ஏகப்பட்ட பேரங்களைப் பேசி முடித்தபிறகுதான் பண்டமாற்று முறையில் உளவாளிகள் கைமாறுவார்கள்.

இப்போது அமெரிக்கா அவசரப்பட்டு வில்லியம் ஃபிஷருக்கு மரண தண்டனை கொடுத்துவிட்டால் என்ன பிரயோஜனம்? ஆயுள் தண்டனை தந்து இங்கேயே பூட்டிவைத்தால்,

நாளைக்கே ஒரு முக்கியமான அமெரிக்க உளவாளி ரஷ்யாவில் மாட்டிக்கொண்டால் அவனுக்குப் பதிலாக இந்த ஆளை மாற்றிக்கொள்ளலாம். இல்லையா?

இப்படி யோசித்த அமெரிக்க அரசாங்கம் ஃபிஷருக்குக் கடுங்காவல் தண்டனை கொடுத்து உள்ளே தள்ளியது. அடுத்த ஐந்து ஆண்டுகள் அவர் சிறையில் இருந்தார்.

1960ம் வருடம் அமெரிக்காவைச் சேர்ந்த 'யு-2' வகை வேவு பார்க்கும் விமானம் ஒன்று சோவியத் எல்லைக்குள் பறந்தது. அந்த நாட்டு ராணுவ விமானங்கள் அதைச் சுட்டுத் தள்ள முயன்றன. முடியவில்லை.

உடனடியாக இந்தத் தகவல் அதிபர் குருச்சேவுக்குச் சென்றது. 'எப்படியாவது அந்த விமானத்தைக் கீழே கொண்டுவாருங்கள்' என்று அவர் உத்தரவிட்டார்.

இதையடுத்து சோவியத் ராணுவம் ஏவுகணைமூலம் அந்த அமெரிக்க விமானத்தைத் தாக்கியது. அதனை ஓட்டிச் சென்ற ஃப்ரான்சிஸ் கேரி பவர்ஸ் என்ற பைலட் கீழே குதித்து உயிர் தப்பினார். சோவியத் படைகளிடம் பிடிபட்டார்.

அமெரிக்க உளவு விமானம் ஒன்று சோவியத் எல்லைக்குள் பிடிபட்டிருக்கும் தகவல் சர்வதேச அளவில் பரபரப்பைக் கிளப்பியது. கேரி பவர்ஸ்மீது உளவுக் குற்றங்களுக்காக சோவியத் நீதிமன்றத்தில் வழக்குத் தொடுக்கப்பட்டது. அவருக்குப் பத்து வருடம் கடுங்காவல் தண்டனை விதிக்கப்பட்டது.

இரண்டு வருடங்கள் கழித்து (1962) தன்னிடம் சிறைபட்டிருந்த வில்லியம் ஃபிஷரைக் கொடுத்துவிட்டுத் தன்னுடைய யு-2 விமானியாகிய கேரி பவர்ஸை மீட்டுக்கொண்டது அமெரிக்கா.

கிட்டத்தட்ட பதினான்கு வருடங்கள் வெவ்வேறு பெயர்களில் வனவாசம் சென்றிருந்த வில்லியம் ஃபிஷர் கடைசியாக சோவியத் யூனியன் திரும்பினார். அதோடு அவருடைய உளவுச் சரித்திரம் முடிந்துவிட்டாலும் 1990ல் அவர் பெயரில் ஒரு

தபால்தலை வெளியிட்டு கௌரவித்தது சோவியத் யூனியன். அப்படியென்றால் வில்லியம் ஃபிஷரின் சேவைக்கு அங்கே எந்த அளவு முக்கியத்துவம் தரப்பட்டிருந்தது என்பதை ஊகித்துக்கொள்ளலாம்.

ஃபிஷர் அத்தியாயம் முடிவுக்கு வந்தபிறகும் அமெரிக்கா, சோவியத் இடையிலான வல்லரசுச் சண்டை தொடர்ந்துகொண்டுதான் இருந்தது. தொண்ணூறுகளின் முற்பகுதியில் சோவியத் யூனியன் உடைந்து சிதறும்வரை அந்தப் பனிப்போரின் வீரியம் கொஞ்சம்கூடக் குறையவில்லை!

12. ஹூவருக்கு முன், ஹூவருக்குப் பின்

'உளவாளி' என்ற வார்த்தையைக் கேட்டவுடன் உங்களுக்கு ஒரு துடிப்பான இளைஞரின் உருவம்தான் மனத்தில் தோன்றும். மற்ற 'சாதாரண'ர்களைவிட அவர் அதிவேகமாக இயங்குவார். அதைவிடப் பலமடங்கு விரைவாக அவருடைய மூளை செயல்படும். எப்பேர்ப்பட்ட திட்டத்தையும் சட்டென்று துப்பறிந்து கண்டுபிடித்துவிட்டார்.

ஓர் உளவாளியே இப்படியென்றால் பல நூறு, பல ஆயிரம் உளவாளிகளுக்குத் தலைவராகச் செயல்படும் ஒருவர் எப்படி இருப்பார் என்று யோசித்துப்பாருங்கள். கிட்டத்தட்ட சூப்பர் மேனைவிட ஏழெட்டுப் படிகள் மேலான ஒரு பிம்பம் கிடைக்கும்.

அறுபதுகளில் எஃப்.பி.ஐ.மீது அமெரிக்க மக்களுக்கு லேசான எரிச்சலும் ஏமாற்றமும் வரக் காரணம் இந்தக் கற்பனை உருவம்தான். பல க்ரைம் நாவல்கள், ஹாலிவுட் சினிமாக்களைப் பார்த்து உளவாளிகளைப்பற்றி அவர்கள் உருவாக்கிவைத்திருந்த எண்ணத்தோடு எஃப்.பி.ஐ.யின் தலைவர் எட்கர் ஹூவர் கொஞ்சம்கூடப் பொருந்தவில்லை.

அவரையும் சொல்லிக் குற்றமில்லை. வயது எழுபதைத் தாண்டிவிட்டது. இந்தத் தள்ளாத வயதில் அவர் பிஸ்டலும் கையுமாக ஜேம்ஸ் பாண்ட் வேலை செய்யவேண்டும் என்று எதிர்பார்ப்பது நியாயமில்லை.

அது சரி. துடிப்பாக இயங்கவேண்டிய எஃப்.பி.ஐ.க்கு ஓர் எழுபது வயது சீனியர் சிட்டிசனைத் தலைவராக வைத்திருப்பது என்ன நியாயம்? அண்ணன் எட்கர் ஹூவருக்கு ஓய்வு கொடுத்து வீட்டுக்கு அனுப்பிவிட்டு இன்னொருவரைத் தலைவராக்க வேண்டியதுதானே?

அமெரிக்க அரசாங்கத்தால் அதுவும் முடியவில்லை. புதையலை பூதம் காப்பதுபோல நாற்பது வருடங்களுக்கும் மேலாக எஃப்.பி.ஐயைக் கட்டிக் காத்துவருகிற எட்கர் ஹூவரிடம் 'ரிடையர்மென்ட்'பற்றிப் பேசினால் கோபித்துக்கொள்வார். அநேகமாக தேசத்தின் ரகசியங்கள் அனைத்தும் தெரிந்த ஒருவரைப் பகைத்துக்கொள்வது நல்லதில்லை.

ஆகவே அவர்களுக்கு வேறு வழி தெரியவில்லை. எஃப்.பி.ஐ.யைத் தொடர்ந்து எட்கர் ஹூவரின் பராமரிப்பிலேயே விட்டுவைத்திருந்தார்கள்.

அறுபதுகளின் பிற்பகுதியில் எட்கர் ஹூவரின் 'பழைய பாணி' நிர்வாகமும் நடவடிக்கைகளும் கடும் விமர்சனத்துக்குள்ளானது. 'காலம் மாறிப்போச்சுய்யா. அதைப்பத்தித் தெரிஞ்சுக்காம அதே புராதன டெக்னிக்ஸைப் பயன்படுத்திக்கிட்டிருந்தா சோவியத் யூனியனும் மத்தவங்களும் நம்மைத் தூக்கிச் சாப்பிட்றுவாங்க' என்று பலரும் புலம்பினார்கள். எஃப்.பி.ஐ.யை நவீனமயமாக்கவேண்டும் என்கிற குரல் உரக்கக் கேட்க ஆரம்பித்தது.

இத்தனைக்கும் எட்கர் ஹூவர் தன்னுடைய பதவிக்காலம் முழுமையும் அதிநவீனத் தொழில்நுட்பங்களை எஃப்.பி.ஐ.க்குள் கொண்டுவரவேண்டும் என்பதில் மிகக் கவனமாக இருந்தார். ஆனாலும் அது போதவில்லை என்று பெரும்பாலானோர் கருத்துத் தெரிவித்தார்கள்.

1972ம் வருடம் மே 2ம் தேதி, எழுபத்தேழு வயது எட்கர் ஹூவர் மரணமடைந்தார். கிட்டத்தட்ட நாற்பத்தெட்டு வருடங்கள் எஃப்.பி.ஐ.யின் பிதாமகராக இயங்கியவர் அவர்.

எட்கர் ஹூவரின் மரணத்தைத் தொடர்ந்து ப்யூரோவுக்கு ஒரு தாற்காலிக இயக்குனர் நியமிக்கப்பட்டார். அவர் பெயர் பாட்ரிக் க்ரே.

சரியாக ஆறு வாரங்கள் கழித்து (1972 ஜூன் 16 நள்ளிரவு தாண்டியபிறகு) வாஷிங்டனில் உள்ள ஒரு ஹோட்டலில் சில திருடர்கள் புகுந்தார்கள். இப்போது உலகப் பிரபலமாகிவிட்ட அந்த ஹோட்டலின் பெயர் 'வாட்டர்கேட்'!

அப்போது அமெரிக்க அதிபராக இருந்தவர் ரிச்சர்ட் நிக்ஸன். அவருடைய முக்கிய எதிர்க்கட்சியாகிய 'டெமாக்ரடிக் பார்ட்டி'யின் அலுவலகம் ஒன்று இந்த வாட்டர்கேட் ஹோட்டல் வளாகத்தினுள் இருந்தது.

அந்தக் கட்சி அலுவலகத்தினுள்தான் இந்தத் திருடர்கள் நுழைந்திருந்தார்கள். அங்கே பல இடங்களில் ஒட்டுக் கேட்கும் கருவிகளைப் பொருத்திக்கொண்டிருந்தார்கள்.

அவர்களுடைய கெட்ட நேரம், அந்தப் பக்கமாக ரோந்து வந்த இரவுக் காவலர் ஒருவர் திறந்து கிடக்கும் கதவைக் கவனித்துவிட்டார். 'இந்த ராத்திரி நேரத்தில் கட்சிப் பணி செய்வது யார்?' என்று ஆவலோடு உள்ளே நுழைந்து பார்த்தார். அங்கிருந்த ஐந்து பேர் கையில் எலக்ட்ரானிக் சமாசாரங்களோடு வசமாக மாட்டிக்கொண்டார்கள்.

ஆரம்பத்தில் இந்த ஐந்து பேரும் டெமாக்ரடிக் கட்சி அலுவலகத்தில் எதையோ திருட வந்திருக்கிறார்கள் என்றுதான் பலரும் நினைத்தார்கள். ஆனால் வந்தவர்களுடைய பின்னணியைக் கொஞ்சம் துப்பறிந்தபோது இந்த விவகாரத்தின் பின்னால் ஒரு பெரிய கை இருப்பது தெரியவந்தது.

அந்தப் பெரும்புள்ளியின் பெயர் கார்டன் லிட்டி. முன்னாள் எஃப்.பி.ஐ. அதிகாரி.

இதென்ன புதுக் கரடி? ஒருகாலத்தில் எஃப்.பி.ஐ.யில் வேலை பார்த்தவர் இப்போது ப்ரைவேட்டாக ஒரு திருட்டுக் கும்பலை வைத்து நடத்துகிறாரோ? அல்லது இதில் வேறு யாராவது சம்பந்தப்பட்டிருக்கிறார்களா? அமெரிக்க மீடியா இன்னும் ஆவலோடு கார்டன் லிட்டியின் பின்னணியைத் தோண்ட ஆரம்பித்தது.

முதலில், வாட்டர்கேட் ஹோட்டலினுள் அத்துமீறி நுழைந்தவர்கள் அங்கே எதையும் திருடவில்லை. டெமாக்ரடிக் கட்சி அலுவலகத்தில் ஒட்டுக்கேட்கும் கருவிகளைப் பொருத்திவிட்டு வெளியேறப் பார்த்திருக்கிறார்கள். அதற்குள் மாட்டிக்கொண்டுவிட்டார்கள்.

டெமாக்ரடிக் பார்ட்டியின் கட்சி நடவடிக்கைகளை ஒட்டுக் கேட்பதன்மூலம் யாருக்கு லாபம்? ஆளுங்கட்சியாகிய நிக்ஸன் அண்ட் கோவுக்குதானே? ஒருவேளை கார்டன் லிட்டிக்கும் அதிபர் நிக்ஸனுக்கும் ஏதாவது சம்பந்தம் இருக்குமோ?

அங்கேதான் மீடியாவுக்குப் புதையல் மாட்டியது. 1972 பொதுத் தேர்தலுக்காக நிக்ஸன் அமைத்திருந்த திட்டக்குழுவில் கார்டன் லிட்டி இடம்பெற்றிருந்தார்.

அப்படியானால் என்ன அர்த்தம்? இந்த மனிதர் எஃப்.பி.ஐ.யில் கற்றுக்கொண்ட உளவு சூட்சுமங்களையெல்லாம் இப்போது நிக்ஸனுடைய எதிரிகளை வேவு பார்க்கப் பயன்படுத்துகிறார். இல்லையா?

முக்கியமான கேள்வி, இந்த நடவடிக்கைகளுக்கு அதிபரின் ஆசிர்வாதம் இருக்கிறதா? அல்லது இந்த ஆள் ஆர்வக் கோளாறில் தன்னிச்சையாகச் செயல்பட்டிருக்கிறாரா?

ஆரம்பத்திலிருந்தே நிக்ஸன் 'இந்த விவகாரத்துக்கும் எனக்கும் எந்தச் சம்பந்தமும் இல்லை' என்றுதான் மறுத்துக்கொண்டிருந்தார். மக்களும் அவரை நம்பி ஓட்டுப் போட்டுத் தேர்ந்தெடுத்து மீண்டும் அதிபராக்கினார்கள்.

அதன்பிறகுதான் விவகாரம் இன்னும் பெரிதானது. வாட்டர்கேட் ஊழல் வழக்கில் கார்டன் லிட்டி செய்த குற்றங்களை நீதிமன்றம் உறுதி செய்தது. தொடர்ந்து நடைபெற்ற விசாரணைகளில் நிக்ஸனின் பெயரும் நாறியது. அவர் பதவி விலகவேண்டும் என்கிற குரல் உரக்கக் கேட்க ஆரம்பித்தது.

நிக்ஸனுக்கு வேறு வழி தெரியவில்லை. கால் கடிதாசி எழுதிக் கொடுத்துவிட்டுப் பொதுவாழ்க்கையிலிருந்து காணாமல் போய்விட்டார்.

அதேநேரம், வாட்டர்கேட் விவகாரத்தால் பலியானது நிக்ஸன்மட்டுமில்லை. எஃப்.பி.ஐ.யின் கௌரவமும்தான்!

பல காலமாகவே அமெரிக்க எல்லைகளுக்குள் ஏதாவது ஒரு பெரிய பிரச்னை என்றால் அதை எஃப்.பி.ஐ. விசாரிப்பதுதான் மரபு. 1963 நவம்பரில் அதிபர் ஜான் எஃப் கென்னடி கொல்லப்பட்டபோதுகூட, புதிய அதிபர் லிண்டன் பி ஜான்ஸன் எஃப்.பி.ஐ.யைத்தான் கூப்பிட்டு அந்த வழக்கை ஒப்படைத்தார்.

இந்த வழக்கத்தின்படி வாட்டர்கேட் விவகாரத்தை விசாரித்துத் துப்பறிந்து தப்பு செய்தவர்களைக் கண்டுபிடிக்கவேண்டிய பொறுப்பு எஃப்.பி.ஐ.யிடம் வழங்கப்பட்டது. அதற்கான முழுத் தகுதியும் திறமையும் அவர்களுக்கு இருந்தது.

ஆனால் ஆரம்பத்திலிருந்தே எஃப்.பி.ஐ. ஏஜென்ட்களால் இந்த வழக்கைச் சரிவர விசாரிக்கமுடியவில்லை. பலவிதமான அரசியல் தடைகள், நெருக்கடிகள், பிரச்னைகள் அவர்களைச் சுதந்திரமாக இயங்கவிடாமல் பின்னால் இழுத்துக்கொண்டிருந்தன.

இந்தப் பிரச்னைகளெல்லாம் இல்லாத அமெரிக்க மீடியா இன்னும் வேகமாக இயங்கிப் பல விவகாரங்களைத் துப்பறிந்து வெளிக்கொண்டுவந்தது. அதிபர் நிக்ஸனுக்குக் கடுமையான அரசியல் நெருக்கடியை உருவாக்கியது.

நியாயமாகப் பார்த்தால் இதையெல்லாம் எஃப்.பி.ஐ.தான்

செய்திருக்கவேண்டும். அது நடக்கவில்லை என்றதும், ஒருவேளை நிக்ஸனின் கட்டளைப்படி அவர்கள் வேண்டுமென்றே மந்தமாக இயங்கினார்களோ என்கிற சந்தேகம் எழுந்தது.

அதற்குமுன் எத்தனையோ விஷயங்களில் எஃப்.பி.ஐ.யின் செயல்திறன்மீது கேள்விகள் எழுப்பப்பட்டிருக்கின்றன. ப்யூரோ ஏஜென்ட்களை அடிமுட்டாள்கள் என்று விமர்சித்தவர்கள்கூட உண்டு.

ஆனால் முதன்முறையாக இப்போதுதான் அவர்களுடைய நேர்மை சந்தேகிக்கப்பட்டது. 'எந்த வழக்கையும் நடுநிலையோடு விசாரித்து உண்மையை வெளிப்படுத்தவேண்டிய ஓர் உளவு நிறுவனம் இப்படி அரசாங்கம் இழுத்த இழுப்புக்குச் செல்லலாமா?' என்று பலரும் கேள்வி எழுப்பினார்கள்.

உண்மையில் என்னதான் நடந்தது? நிஜமாகவே எஃப்.பி.ஐ. நிக்ஸனின் கைப்பொம்மையாகத்தான் இயங்கியதா? இந்த விஷயத்தை யாராலும் உறுதிசெய்துகொள்ளமுடியவில்லை.

வாட்டர்கேட் விவகாரம் ஒரு சின்னப் பொறியாக இருந்தபோது அதை ஊதிப் பெரிதாக்கி அதிபரின் ராஜினாமா வரை கொண்டுசென்ற பத்திரிகையாளர்களில் இரண்டு பேர் முக்கியமானவர்கள்: பாப் வுட்வர்ட் மற்றும் கார்ல் பெர்ன்ஸ்டெய்ன். இருவருமே 'வாஷிங்டன் போஸ்ட்' பத்திரிகையின் நிருபர்கள்.

மற்ற பத்திரிகைகளெல்லாம் வாட்டர்கேட் விஷயத்தில் நேரடிச் செய்திகளைமட்டுமே வெளியிட்டுக்கொண்டிருக்க, இந்த இரண்டு நிருபர்களுக்குமட்டும் தொடர்ந்து 'ஸ்கூப்' செய்திகள் கிடைத்துக்கொண்டிருந்தன. பரம ரகசியமான இந்தத் தகவல்களையெல்லாம் யார் தருகிறார்கள், எப்படித் திரட்டுகிறார்கள் என்று யாருக்கும் புரியவில்லை.

நிக்ஸன் ராஜினாமா செய்து சிறிது காலத்துக்குப்பிறகு பாப் வுட்வர்டும் கார்ல் பெர்ன்ஸ்டெய்னும் சேர்ந்து வாட்டர்கேட் விவகாரம் பற்றி ஒரு புத்தகம் எழுதினார்கள். அதில்தான்

தங்களுக்குத் தகவல்களைச் சுடச்சுட அள்ளிக் கொடுத்த அந்த ரகசிய மனிதரைப்பற்றி அவர்கள் முதன்முறையாகப் பேசியிருந்தார்கள்.

'டீப் த்ரோட்' (Deep Throat) என்கிற புனைபெயரில் குறிப்பிடப்பட்டிருந்த அந்த நபர் அப்போதைய அமெரிக்க அரசாங்கத்தில் ஒரு பெரிய பொறுப்பில் இருந்தார். ஆகவே பத்திரிகையாளர்களால் சுலபத்தில் ஊடுருவமுடியாத மட்டங்களிலெல்லாம் அவருக்கு நண்பர்கள் இருந்தார்கள்.

இந்த 'டீப் த்ரோட்'டுக்கு நிக்ஸன்மீது என்ன காண்டோ, தெரியவில்லை. கொஞ்சம் அசந்தாலும் வாட்டர்கேட் விவகாரத்தை அமெரிக்க அரசாங்கம் அமுக்கிவிடும் என்று நினைத்த அவர் அதுபற்றிய விவரங்களை உடனுக்குடன் தனது வாஷிங்டன் போஸ்ட் நண்பர்களுக்குக் கசியவிட்டார். அவர்களும் அதை எட்டுக் காலத்துக்கு எழுதிப் பரப்பிவிட்டார்கள்.

இதனால் வாட்டர்கேட் விசாரணைக் காலம்முழுவதும் வெள்ளை மாளிகையிலிருந்து எஃப்.பி.ஐ.க்குக் கொடுக்கப்பட்ட அழுத்தங்கள், நெருக்கடிகள் வெளிச்சத்துக்கு வந்தன. ப்யூரோவின் அப்போதைய தாற்காலிக இயக்குனர் பாட்ரிக் க்ரே வேண்டுமென்றே இந்த விசாரணையை அடக்கிவாசித்திருப்பதும் தெரியவந்தது.

1973 ஏப்ரல் 27ம் தேதி. பாட்ரிக் க்ரே தன்னுடைய இயக்குனர் பதவியைத் துறந்தார். அவருக்குப் பதிலாக அந்தப் பொறுப்பை ஏற்றுக்கொண்டவர் க்ளாரன்ஸ் கெல்லி.

முன்னாள் எஃப்.பி.ஐ. ஏஜென்டான க்ளாரன்ஸ் கெல்லி அதன் தலைவராகப் பொறுப்பேற்றபிறகு அவர் சந்தித்த முதல் சவால், வாட்டர்கேட் விசாரணை விஷயத்தில் நாறிப்போயிருந்த ப்யூரோவின் பெயரை ரிப்பேர் செய்வது. மீண்டும் அதன்மீது மக்களுக்கு நம்பிக்கையைக் கொண்டுவருவது.

அடுத்த பல மாதங்கள் க்ளாரன்ஸ் கெல்லி மிகச் சிறப்பாகச்

செயல்பட்டு இதனைச் செய்து முடித்தார். இந்தக் காலகட்டத்தில் ப்யூரோ பலவிதமான மாற்றங்களைச் சந்தித்தது. நிக்ஸனை மறந்ததுபோல், மக்கள் எஃப்.பி.ஐ.யின் வாட்டர்கேட் காலத் தடுமாற்றங்களையும் கொஞ்சம் கொஞ்சமாக மறக்கத் தொடங்கினார்கள். ப்யூரோவின் பழைய மரியாதை திரும்பியது.

போகட்டும். நிக்ஸனுக்கும் ப்யூரோ இயக்குனருக்கும் ஒரே நேரத்தில் ஆப்பு வைத்த அந்த 'டீப் த்ரோட்' யார்?

அவரும் எஃப்.பி.ஐ. பேர்வழிதான். அதன் துணை இயக்குனரான மார்க் ஃபெல்ட்!

'டீப் த்ரோட்' யார் என்கிற ரகசியம் 2005ம் ஆண்டுவரை வெளியாகவில்லை. கடைசியில் அது மார்க் ஃபெல்ட்தான் என்று தெரிந்தபோது பலரும் அர்த்தத்தோடு சிரித்துக்கொண்டார்கள். 'என்னதான் எஃப்.பி.ஐ. விசாரணையில் சறுக்கியிருந்தாலும், அதைக் கண்டுபிடித்துச் சொன்னவரும் ஓர் எஃப்.பி.ஐ. அதிகாரிதானே?' என்கிற பெருமிதம் அது.

ஒரு விஷயம். எஃப்.பி.ஐ.யின் வரலாற்றில் வாட்டர்கேட் ஓர் அசிங்கமான முன்னுதாரணமாக இருப்பினும் அவர்கள் அதை மறைக்கவோ, மாற்றி எழுதவோ முயற்சி செய்யவில்லை. கடந்த 2008ம் ஆண்டு எஃப்.பி.ஐ.யின் நூற்றாண்டு விழா கொண்டாடப்பட்டபோது அதை முன்னிட்டு அவர்கள் வெளியிட்ட அதிகாரப்பூர்வக் கையேட்டில் வாட்டர்கேட் விசாரணை, அதில் நேர்ந்த தடங்கல்கள், ஊழல்கள், முன்னாள் இயக்குனரின் ராஜினாமா, டீப் த்ரோட் விவகாரம் என்று சகலத்தையும் விரிவாகவே எழுதியிருக்கிறார்கள்.

வாட்டர்கேட் அத்தியாயத்தைப் பின்னுக்குத் தள்ளியபிறகு அடுத்த பத்து வருடங்களில் எஃப்.பி.ஐ. இன்னும் பெரிய வில்லன்களைச் சந்திக்கவேண்டியிருந்தது. உள்ளூர் தாதாக்களில் ஆரம்பித்து அமெரிக்காவுக்குள் பட்டாசு வெடித்துப் பார்க்கலாம் என்று உள்ளே புகும் அந்நிய சக்திகள்வரை ஏகப்பட்ட கலாட்டாக்கள்.

இதனால் எஃப்.பி.ஐ. போர்க்கால அவசரத்தோடு தன்னை மேம்படுத்திக்கொள்ளவேண்டியிருந்தது. ஏஜென்ட்களின் தனிப்பட்ட செயல்திறனை உயர்த்துவதில் தொடங்கி ஆயுதங்கள், நவீன தொழில்நுட்பத்துடன் கூடிய ஆய்வகங்கள், மற்ற துணை உபகரணங்கள்வரை எல்லாவிதத்திலும் எஃப்.பி.ஐ. முன்பைவிடப் பலமடங்கு முன்னேறிக்கொண்டிருந்தது.

இந்த மாற்றங்களின் பலன்கள் உடனடியாகத் தெரிய ஆரம்பித்தன. 1981 தொடங்கி 1987வரையிலான ஏழு ஆண்டுகளில் மட்டும் ஆயிரத்துக்கும் மேற்பட்ட மாஃபியா தலைவர்கள் / தொண்டர்கள் / அடியாள்களைப் பிடித்து உள்ளே போட்டது எஃப்.பி.ஐ. பல அமெரிக்க நகரங்களில் அராஜகம் பண்ணிக்கொண்டிருந்த தாதாக் கூட்டங்கள் இருந்த இடம் தெரியாமல் அழிக்கப்பட்டன.

தாதாக் கூட்டங்கள்கூடப் பரவாயில்லை. தீவிரவாதிகளை என்ன செய்வது?

எழுபதுகளின் பிற்பகுதியில் அமெரிக்கா மட்டுமின்றி உலகம்முழுவதும் தீவிரவாத அச்சுறுத்தல்கள் அதிகமாகியிருந்தன. பல்வேறு இயக்கங்கள் வெவ்வேறு கோரிக்கைகளை முன்வைத்துத் தங்களுடைய சொந்த அரசாங்கங்கள் அல்லது வெளிநாடுகளின்மீது நேரடித் தாக்குதல்களை அரங்கேற்றினார்கள். ஹோட்டல்கள், திரையரங்குகள், விமான நிலையங்கள் போன்று மக்கள் அதிகம் கூடும் இடங்களில் தொடங்கி அரசு அலுவலகங்கள், தூதரகங்கள்வரை எல்லா இடங்களிலும் குண்டு வெடித்து மிரட்டல் விடுத்தார்கள்.

இதுபோன்ற கலாட்டாக்கள் அவ்வப்போது அமெரிக்க எல்லைக்குள்ளும் நடக்கத் தொடங்கியதால் பத்திரிகைகளும் பொதுமக்களும் உரக்கக் கேள்வி கேட்க ஆரம்பித்தார்கள். 'இதையெல்லாம் தடுப்பது யாருடைய பொறுப்பு? போலிஸா? ராணுவமா? எல்லைப் பாதுகாப்புப் படையா? எஃப்.பி.ஐ.யா? சி.ஐ.ஏ.வா? அல்லது எல்லாம் வல்ல ஆண்டவன் பேரில் பாரத்தைப் போடவேண்டியதுதானா?'

உண்மையில் அமெரிக்காவுக்குள் நிகழும் இதுமாதிரி தாக்குதல்களைத் தடுப்பதற்கென்று வலுவான எந்த அமைப்புமே அப்போது இல்லை. எதற்கெடுத்தாலும் ராணுவத்தைக் கொண்டுவரமுடியாது. அதேசமயம் தீவிரவாத நடவடிக்கைகளைத் தடுப்பதற்கு வழக்கமான போலிஸ் நடவடிக்கைகளைமட்டும் நம்பியிருந்தாலும் ஆபத்து. இந்த இரண்டுக்கும் நடுவே ஏதாவது ஒரு வழியைக் கண்டுபிடிக்கவேண்டும்.

அமெரிக்க அரசாங்கம் இப்படி யோசித்துக்கொண்டிருந்த நேரம். கூப்பிடுதூரத்தில் 1984 ஒலிம்பிக்ஸ் வரப்போகிறது. அது லாஸ் ஏஞ்சலஸில் நடைபெறுவதாகத் திட்டமிடப்பட்டிருந்தது.

ஒலிம்பிக்ஸ் நடத்துவது பெரிய சர்வதேசப் பெருமைதான். ஆனால் அதில் கலந்துகொள்வதற்காகப் பல நாடுகளைச் சேர்ந்த வீரர்கள், வீராங்கனைகள் வருவார்கள். அவர்களுடைய பயிற்சியாளர்கள், அணி மேலாளர்கள், அதிகாரிகள், போட்டிகளைப் பார்க்க வரும் ரசிகர்கள், சுற்றுலாப் பயணிகள் என்று கூட்டம் பொங்கும்.

இத்தனை நெரிசலுக்கு நடுவே பாதுகாப்பை எப்படி உறுதி செய்வது? ஒருவேளை அமெரிக்காவின்மீது கோபமாக இருக்கிற ஏதாவது ஒரு தீவிரவாத அமைப்பு ஒலிம்பிக்ஸ் நேரத்தில் உள்ளே புகுந்து குழப்பம் உண்டாக்கிவிட்டால்?

அமெரிக்காவின் பயத்துக்குக் காரணம் இருந்தது. 1972 ம்யூனிச் ஒலிம்பிக்ஸில் ஒரு தீவிரவாத கும்பல் நுழைந்து இஸ்ரேல் வீரர்களை வேட்டையாடியிருந்தது.

அதுபோன்ற வம்பு எதுவும் லாஸ் ஏஞ்சலஸில் நடந்துவிடக் கூடாது. இதை எப்படி உறுதிசெய்துகொள்வது?

பலவிதமாக யோசித்தபிறகு அமெரிக்க அரசாங்கம் ஒரு முடிவுக்கு வந்தது. 'HRT : Hostage Rescue Team' என்ற பெயரில் ஒரு தனிப் பிரிவை உருவாக்கினார்கள். அதை எஃப்.பி.ஐ.யின் பொறுப்பில் ஒப்படைத்தார்கள்.

இந்தப் பிரிவின் நோக்கம், கடத்தல் விவகாரங்களைக் கவனிப்பது. யாராவது யாரையாவது பணயக் கைதிகளாகப் பிடித்துவைத்துக்கொண்டு அதைக் கொடு, இதைக் கொடு என்று கலாட்டா செய்கிற நிலைமைகளைச் சமாளிப்பது.

1982ல் உருவாக்கப்பட்ட 'HRT' பிரிவின் முதல் இலக்கு லாஸ் ஏஞ்சலஸ் ஒலிம்பிக்ஸில் எந்தப் பிரச்னையும் வராமல் பார்த்துக்கொள்வதுதான். அதை வெற்றிகரமாகச் செய்து முடித்தபிறகு உடனடியாக அந்தப் பிரிவைக் கலைத்துவிடவில்லை. 'எதிர்காலத்தில் இதேமாதிரி ஏதாவது வம்பு வரக்கூடும். அதைச் சமாளிப்பதற்காக இந்தப் பிரிவு அப்படியே தொடர்ந்து இயங்கட்டும்' என்று அறிவித்துவிட்டார்கள்.

அடுத்த கால் நூற்றாண்டு காலத்தில் இந்தப் பிரிவு பலவிதமான மாற்றங்கள், முன்னேற்றங்களைச் சந்தித்திருக்கிறது. காவல்துறையினரோ மற்ற அதிகாரிகளோ கடத்தல்காரர்களிடம் பேரம் பேசிக்கொண்டிருக்கும்போது இன்னொருபக்கமாக உள்ளே புகுந்து அதிரடியாக நிலைமையைக் கட்டுக்குள் கொண்டுவருவது இவர்களுடைய ஸ்டைல்.

இதற்காக 'HRT' அதிரடிப் பிரிவு அதிகாரிகள் ஹெலிகாப்டர் ஓட்டுவதில் ஆரம்பித்து, கள்ளத்தோணிப் பயணங்கள்வரை சகலத்திலும் பயிற்சி பெறுகிறார்கள். அதிநவீன ஆயுதங்கள், எலக்ட்ரானிக் சாதனங்களின் துணையோடு எப்பேர்ப்பட்ட சூழ்நிலையையும் சமாளித்துவிடுகிற திறமை இவர்களுக்கு உண்டு.

'HRT' பிரிவு உருவாகி வளரத் தொடங்கிய இதே காலகட்டத்தில்தான் கத்தி எடுக்காமல், துப்பாக்கி தூக்காமல் திருட்டு வேலை செய்கிற 'மாடர்ன்' கொள்ளைக்காரர்களும் அறிமுகமானார்கள். இந்த ஃப்ராட் பேர்வழிகளின் அதிநவீன ஊழல்களையும் கண்டறிவதற்கும் தன்னைத் தயார்ப்படுத்திக்கொண்டது எஃப்.பி.ஐ.

இதற்காக ப்யூரோ மொத்தமும் கம்ப்யூட்டர்மயமானது. 'CART' என்று செல்லமாக அழைக்கப்படும் 'Computer Analysis and Re-

sponse Team' போன்ற துணை அமைப்புகள் உருவாக்கப்பட்டன. 'சைபர் க்ரைம்' எனப்படும் கணினி சார்ந்த குற்றங்களைக் கண்டறிவதற்கான தனிப் பிரிவு அமைக்கப்பட்டது.

அமெரிக்காவில் மட்டுமல்ல. அப்போது உலகம்முழுவதுமே கம்ப்யூட்டர் மற்றும் இன்டர்நெட்டின் தாக்கம் அதிகமாகிக்கொண்டிருந்தது. அதனால் பல புதிய பிரச்னைகளும் வந்தன.

உதாரணமாக, 1993 மே மாதம். அமெரிக்காவின் மேரிலாண்ட் ப்ரெண்ட்வுட் பகுதியைச் சேர்ந்த ஒரு சின்னப் பையன் திடீரென்று காணாமல் போய்விட்டான்.

அந்தப் பத்து வயதுச் சிறுவனைத் தேடிக் கண்டுபிடிப்பதற்காக உள்ளூர் போலிஸும் எஃப்.பி.ஐ. ஏஜென்ட்கள் சிலரும் ஒவ்வொரு வீடாக ஏறி இறங்கினார்கள். கடைசியாக அந்தப் பையன் எங்கே தென்பட்டான் என்று கண்டறிய முயற்சி செய்தார்கள். பலன் இல்லை.

ஆனால் இந்தத் தேடலின்போது சில சிறுவர்கள், சிறுமிகள், அவர்களுடைய பெற்றோர் சொன்ன ஒரு விஷயம் எஃப்.பி.ஐ.க்கு மிகவும் உறுத்தலாக இருந்தது. 'அந்த வீட்ல இருக்கிற ரெண்டு பேர்தான் எப்பப் பார்த்தாலும் சின்னப் பசங்களோடயே விளையாடிக்கிட்டிருப்பாங்க. அவங்களுக்கு ஐஸ்க்ரீம், மிட்டாய், பொம்மையெல்லாம் வாங்கித் தருவாங்க, அப்பப்ப டூர் கூட்டிக்கிட்டுப் போவாங்க!'

குழந்தைகள்மீது நேசமாகப் பழகுகிற பெரியவர்கள் உலகம்முழுக்க இருக்கிறார்கள். ஆனால் இந்த இருவரைப் பார்த்தால் யோக்கியர்களாகத் தோன்றவில்லை. அவர்கள் சின்னப் பிள்ளைகளோடு நெருங்கிப் பழகுவதற்கு வேறு ஏதோ காரணம் இருக்கவேண்டும் என்று எஃப்.பி.ஐ. ஊகித்தது.

உடனடியாக ப்யூரோ ஏஜென்ட்கள் அந்த இருவரையும் தொடர்ந்து கண்காணிக்க ஆரம்பித்தார்கள். தினந்தோறும் அவர்கள் எங்கே போகிறார்கள், யாரைப் பார்க்கிறார்கள், என்ன

பேசுகிறார்கள் என்று சகல விவரங்களும் ரிப்போர்ட்களாகத் தயாராகி மேலிடத்துக்கு அனுப்பப்பட்டன. இன்னொருபக்கம் அவர்களுடைய பின்னணி, பழைய கதையைக் கண்டறிவதற்கான தீவிர விசாரணைகளையும் முடுக்கிவிட்டது எஃப்.பி.ஐ.

விரைவில் அந்த இருவருடைய அப்பாவி முகமூடி கிழிந்தது. அசிங்கமான முகம் வெளியே தெரிய ஆரம்பித்தது.

அவர்கள் இருவரும் சின்னக் குழந்தைகளோடு பாலியல் உறவு வைத்துக்கொள்கிற வக்கிரமான ஆள்கள். இதற்காகவே அப்பாவிப் பிள்ளைகளுக்குக் கண்டதையும் வாங்கிக் கொடுத்து வளைத்துவிடுவார்கள். விவரம் தெரியாத அவர்களிடம் தங்களுடைய உடல் பசியைத் தீர்த்துக்கொள்வார்கள். பல ஆண்டுகளாக அந்தப் பகுதியில் வாழ்கிற குழந்தைகள் பலர் இவர்களுடைய வலையில் சென்று விழுந்திருக்கிறார்கள்.

அதைவிடக் கொடுமை, சமீபகாலமாக அவர்கள் இந்த வக்கிரக் காட்சிகளைப் படம் பிடித்து இன்டர்நெட்டில் ஒளிபரப்ப ஆரம்பித்திருந்தார்கள். உலகம்முழுவதும் இதேமாதிரி கேவலமான சிந்தனை கொண்ட நபர்கள் அவற்றைப் பார்த்து ரசித்து அசிங்கமான கமென்ட்களை எழுதிக்கொண்டிருந்தார்கள்.

சாதாரணமாக எஃப்.பி.ஐ. ஏஜென்ட்களை மிகவும் தைரியமானவர்கள் என்று சொல்வார்கள். ஆனால் அவர்களே இந்த ஃபோட்டோக்கள், வீடியோக்களைப் பார்த்து அதிர்ந்துபோய்விட்டார்கள். ‘உலகத்தில் இப்படிப்பட்ட வக்கிரப் பேர்வழிகளும் இருப்பார்களா? ஒருவேளை இந்தக் காட்சிகளைப் பொதுமக்கள் பார்த்தால் என்ன ஆகும்? சின்னப் பிள்ளைகளை ஆசையாகக் கொஞ்சுகிறவர்கள்கூட இனிமேல் அசிங்கமான எண்ணங்களோடு பழக ஆரம்பித்துவிடுவார்களோ?’

ஒரு சாதாரண கடத்தல் கேஸாகத் தொடங்கியது, இந்தத் திடுக்கிடும் திருப்பத்தால் எஃப்.பி.ஐ. மேலிடத்தில் மிகுந்த முக்கியத்துவம் பெற்றுவிட்டது. அமெரிக்கா முழுவதும் பாலியல் நோக்கங்களுக்காகக் குழந்தைகளைப்

பயன்படுத்திக்கொள்கிறவர்கள் யார் யார்? அவர்கள் இதற்கு என்னமாதிரி வழிமுறைகளைப் பின்பற்றுகிறார்கள்? இவர்களுடைய நெட்வொர்க் எப்படிப்பட்டது? அதில் பிடிபட்ட குழந்தைகளுக்கு என்ன நடக்கிறது என்பதாவது புரிகிறதா? தங்களுடைய பெற்றோர் அல்லது நண்பர்கள் அல்லது ஆசிரியர்களிடம் ஏதாவது சொல்கிறார்களா? இது இப்படியே தொடர்ந்தால் வருங்காலத்தில் அவர்களுடைய மனோநிலை என்ன ஆகும்? ... இந்தக் கோணத்தில் தொடர்ந்து விசாரிக்க இன்னும் பல பூதங்கள் வெளியே வரத் தொடங்கின.

1994-95 வருடங்களில் இதற்காக 'Innocent Images' என்ற பெயரில் ஒரு தனிப் பிரிவையே தொடங்கியது எஃப்.பி.ஐ. இதன் நோக்கம் அமெரிக்கக் குழந்தைகளை இதுபோன்ற வக்கிரக்காரர்களிடமிருந்து காப்பாற்றுவது, தங்களுடைய பிள்ளைகள் இதுபோல யாரிடமும் மாட்டிக்கொள்ளாதபடி பாதுகாப்பதற்குப் பெற்றோருக்குச் சொல்லித்தருவது, தவறு செய்தவர்களைச் சட்டத்தின் முன்னால் நிறுத்தித் தண்டனை பெற்றுத்தருவது.

முதன்முறையாக எஃப்.பி.ஐ. இதுபற்றிப் பேசியபோது பெரும்பாலான பொதுமக்களால் அதை நம்பக்கூட முடியவில்லை. ஒரே நேரத்தில் நூறுக்கும் மேற்பட்ட வீடுகளில் பரிசோதனை நடத்திக் குற்றங்களை ஆதாரங்களோடு நிரூபித்தபோதுதான் தாங்கள் எப்படிப்பட்ட ஆபத்தின் இடையே வாழ்ந்துகொண்டிருக்கிறோம் என்பதைப் புரிந்துகொண்டு அதிர்ச்சியடைந்தார்கள்.

அடுத்தடுத்த வருடங்களில் எஃப்.பி.ஐ.யின் 'இன்னொசென்ட் இமேஜஸ்' பிரிவு பலமடங்கு விரிவடைந்துள்ளது. இன்றைக்கு அமெரிக்காவின் இணையம் மொத்தமும் எஃப். பி.ஐ.யின் கண்காணிப்பில்தான் இருக்கிறது. ஆன்லைனில் குழந்தைகளைப்பற்றிய தவறான புகைப்படங்கள், வீடியோக்களை வெளியிடுகிறவர்கள், அறியாப் பையன்களை வளைக்கத் தூண்டில் போடுகிறவர்கள் என்று பல ஆயிரம் பேரைக் கண்டுபிடித்துக் கைது செய்திருக்கிறது இந்தப் பிரிவு.

இதற்காக எஃப்.பி.ஐ. ஏஜென்ட்கள் பயன்படுத்தும் வழிமுறைகள் மிகச் சுவாரஸ்யமானவை. சின்ன வயதுப் பையன்களைப்போல் பொய்ப் பெயரில் இணையத்தில் நுழைவார்கள். யாராவது வலிய வந்து பேசுவதற்காகக் காத்திருப்பார்கள். அவர்கள் அசிங்கமாக இரட்டை அர்த்தத்தில் பேசும்போது ஒன்றும் புரியாததுபோல் அப்பாவியாகப் பதில் சொல்வார்கள். 'நேரில் சந்திக்கலாமா?' என்று கேட்டால் 'டபுள் ஓகே' என்பார்கள்.

வக்கிரப் பேர்வழிகளுக்குத் தெரியாத விஷயம், இப்படி அவர்கள் பேசுகிற மேட்டரெல்லாம் எஃப்.பி.ஐ. கம்ப்யூட்டர்களில் பதிவாகிவிடுகிறது. அவர்கள் யார், எங்கிருந்து பேசுகிறார்கள் என்கிற விவரத்தையும் சுலபமாகக் கண்டுபிடித்துவிடமுடியும். ஒருவேளை பொது கம்ப்யூட்டரைப் பயன்படுத்தினால்கூட நேரில் வரச்சொல்லிப் பிடித்துவிடலாம். ஏற்கெனவே பதிவாகியுள்ள ஆதாரங்களின் அடிப்படையில் அவர்களுடைய குற்றங்களை நிரூபிப்பதும், தண்டனை பெற்றுத்தருவதும் சுலபம்.

இதற்குச் சாட்சியாக, இன்றுவரை 'இன்னொசென்ட் இமேஜஸ்'மூலம் பதிவாகியுள்ள வழக்குகளின் எண்ணிக்கைமட்டும் கிட்டத்தட்ட முப்பதாயிரம். கைது செய்யப்பட்டவர்களின் எண்ணிக்கை சுமார் பத்தாயிரம். அதில் கிட்டத்தட்ட 70% பேருக்குமேல் தண்டனை வழங்கப்பட்டிருக்கிறது.

இப்போதும் சின்னக் குழந்தைகளை இணையத்தில் மேய விடுகிற பெற்றோர் எஃப்.பி.ஐ.யின் *'A Parent's Guide to Internet Safety'* கையேட்டைப் படித்துவிடுவது நல்லது. இல்லாவிட்டால் 'இன்னொசென்ட் இமேஜஸ்' தளத்தை *(http://www.fbi.gov/about-us/investigate/cyber/innocent/innocent)* ஒருமுறை பார்வையிட்டுவிடலாம். இன்டர்நெட்டில் என்னமாதிரி ஆபத்து வலைகள் இருக்கின்றன, அவற்றில் சிக்கிக்கொள்ளாமல் நம் பிள்ளைகளைப் பாதுகாப்பது எப்படி என்றெல்லாம் நன்றாகத் தெரிந்துகொள்ளலாம். ஒருவேளை தெரியாமல் ஏதோ ஒரு வம்பில் மாட்டிக்கொண்டுவிட்டால்கூட (அமெரிக்காவில்

உள்ள பெற்றோர் அல்லது சிறுவர் / சிறுமியர்) தாராளமாக எஃப்.பி.ஐ.யைத் தொடர்புகொள்ளலாம்.

அதெல்லாம் சரி. இத்தனைக்கும் பிள்ளையார் சுழி போட்ட அந்த மேரிலாண்ட் பையன் என்ன ஆனான்? அவனைக் கண்டுபிடித்தார்களா? இல்லையா?

ஆவலோடு தேடிப் பார்த்தபோது, எஃப்.பி.ஐ.யின் அதிகாரபூர்வ வரலாறு புத்தகத்தில் இதற்குப் பதில் கிடைத்தது. பாவம், கடைசிவரை அந்தப் பையனைக் கண்டுபிடிக்கவே முடியவில்லையாம்!

13. சுவர்

1993 பிப்ரவரி 26. நண்பகல் நேரம்.

நியூ யார்க்கில் உள்ள உலக வர்த்தக மையத்தின் இரட்டைக் கோபுரங்களில் ஒரு பெரிய குண்டுவெடிப்பு நிகழ்ந்தது. ட்ரக் ஒன்றினுள் ஒளித்துவைக்கப்பட்டிருந்த குண்டுகள் வெடித்ததில் ஏழு மாடி உயரத்துக்குப் பாதிப்புகள் ஏற்பட்டன.

ஆச்சர்யமான விஷயம், இத்தனை பெரிய குண்டு வெடிப்பில் ஆயிரக்கணக்கானோருக்குக் காயம் ஏற்பட்டிருந்தாலும், அவர்களில் ஆறு பேர்மட்டுமே உயிரிழந்தார்கள். இதனால் நியூ யார்க் போலிஸ் தொடங்கி எஃப்.பி.ஐ.வரை எல்லோருக்குமே அதிர்ச்சியைவிட வியப்புதான் அதிகமாக இருந்தது.

நியூ யார்க்கில் இந்தக் குண்டு வெடிப்புக்கு ஏற்பாடு செய்திருந்த தீவிரவாத அமைப்புகள் அதில் குறைந்தபட்சம் இரண்டரை லட்சம் தலைகளாவது உருளும் என்று எதிர்பார்த்திருந்தார்கள். எங்கேயோ கணக்குத் தவறிவிட்டது.

இதனால் அன்றைக்கு அமெரிக்கப் பொதுமக்கள் இதை

ஒரு பெரிய விஷயமாக நினைக்கவில்லை. ஒரு சாதாரணச் சாலை விபத்து ரேஞ்சுக்கு லேசாக உச்சுக்கொட்டிவிட்டு மறந்துவிட்டார்கள்.

ஆனால் எஃப்.பி.ஐ.யால் அப்படி ஒதுங்கமுடியவில்லை. அமெரிக்க எல்லைக்குள் இத்தனை பெரிய குண்டு வெடித்திருக்கிறது என்றால் இதன் பின்னணியில் யார் இருக்கிறார்கள் என்பதைக் கண்டுபிடித்தாகவேண்டிய கட்டாயம் அவர்களுக்கு.

நியூ யார்க்கில் குண்டு வெடித்த பகுதியைக் கவனமாகச் சல்லடை போட்டுத் தேடிய எஃப்.பி.ஐ.க்கு முதல் க்ளூ சிக்கிவிட்டது. வெடிபொருள்களைத் தாங்கியிருந்த ட்ரக் எங்கிருந்து வந்தது என்பதைக் கண்டுபிடித்துவிட்டார்கள்.

கொஞ்ச நாள் முன்பாக நியூ ஜெர்ஸியில் யாரோ அந்த ட்ரக்கை வாடகைக்கு எடுத்திருந்தார்கள். பின்னர் அது திருடப்பட்டுவிட்டதாகத் தகவல்.

ஆக, ட்ரக்கை வாடகைக்கு எடுத்தவர், அல்லது அவர்களிடமிருந்து அதைத் திருடியவர், இந்த இருவரில் யாரோ ஒருவர் தீவிரவாத கோஷ்டியைச் சேர்ந்தவராக இருக்கவேண்டும். இந்த மர்மத்தைக் கண்டறிவதற்காக எஃப்.பி.ஐ. ஏஜென்ட்கள் நியூ ஜெர்ஸிக்குப் பறந்தார்கள்.

அவர்களுடைய அதிர்ஷ்டம், நியூ ஜெர்ஸியில் உள்ள 'ரெய்டர் ரென்டல் ஏஜென்ஸி' என்ற நிறுவனத்தில் அந்த ட்ரக்கை வாடகைக்கு எடுத்துச் சென்ற ஒருவன் அங்கேயே திரும்பி வந்தான். 'நான் கொடுத்த 400 டாலர் அட்வான்ஸைத் திருப்பிக் கொடுங்க' என்று சண்டை போட்டான்.

'அட்வான்ஸ்தானே? எங்களோட வா ராசா, கோடி கோடியாக் கொட்டிக் கொடுக்கறோம்' முகம்மது சலாமெ என்கிற அந்த ஆளை எஃப்.பி.ஐ. ஏஜென்ட்கள் கொத்திக்கொண்டார்கள். உள்ளே தள்ளி விசாரிக்க ஆரம்பித்தார்கள்.

முகம்மது சலாமெயின் அறையைச் சோதனையிட்டபோது நிறைய வெடிபொருள்களும், எலக்ட்ரானிக் சாதனங்களும் கண்டுபிடிக்கப்பட்டன. சலாமெயோடு தங்கியிருந்த ரம்ஜி யூசஃப் என்பவனுக்கும் இதில் தொடர்பு இருப்பது தெரியவந்தது.

ஆனால் அவர்கள் ரம்ஜி யூசுஃபை நெருங்குவதற்குள் அவன் பாகிஸ்தானுக்குப் பறந்துவிட்டான். அதன்பிறகு எஃப்.பி.ஐ.யால் இந்த வழக்கில் குறிப்பிடத்தக்க முன்னேற்றம் எதையும் காணமுடியவில்லை.

1993 நியூ யார்க் குண்டுவெடிப்புக்கு முன்பும் பின்பும் அமெரிக்கா பல தீவிரவாத அச்சுறுத்தல்களைச் சந்தித்திருக்கிறது. முக்கியமாக வெளிநாடுகளில் உள்ள அமெரிக்கத் தூதரகங்களின்மீது பல நேரடித் தாக்குதல்கள் நிகழ்த்தப்பட்டிருக்கின்றன.

இதனால் அமெரிக்காவுக்குத் தன்மீது சிலர் கடுப்பாக இருக்கிறார்கள் என்பது தெளிவாகப் புரிந்தது. அவர்களை அடையாளம் காணவும் அடக்கி ஒடுக்கவும் வழிதேடிக் கொண்டிருந்தார்கள்.

அதேசமயம் உள்ளுக்குள் அமெரிக்காவின் ‘உயர்வு மனப்பான்மை’ கொஞ்சம்கூடக் குறையவில்லை. ‘நம்முடைய வல்லரசு பலத்தின்கீழ் இவர்களெல்லாம் சும்மா பொடிப் பயல்கள். கொசுவைப்போல் நசுக்கி எறிந்துவிடலாம்’ என்றுதான் நினைத்தார்கள்.

இந்த அலட்சியத்தால் அமெரிக்கா சில தவறுகளைச் செய்தது. எதிராளிகள் அவற்றைத் தங்களுக்குச் சாதகமாகப் பயன்படுத்திக்கொண்டார்கள்.

உதாரணமாக அமெரிக்காவின் சி.ஐ.ஏ. உளவு அமைப்பு வெளிநாடுகளில் உள்ள தீவிரவாதிகள் (அல்லது அப்படிச் சந்தேகிக்கப்படுகிறவர்கள்) பற்றிய விரிவான பட்டியல்களைத் தயார் செய்துவைத்திருந்தது. இந்தப் பட்டியல்களில் உள்ள ஒவ்வொருவருடைய புகைப்படம், தனிப்பட்ட விவரங்கள், அவர்களுக்கும் தீவிரவாத அமைப்புகளுக்கும் இடையில்

உள்ள உறவுகளைப்பற்றிய தகவல்கள் என எல்லாம் தொகுத்துவைத்திருந்தார்கள்.

இந்த விவரங்கள் களத்தில் உள்ள சி.ஐ.ஏ. ஏஜென்ட்களுக்கு நன்கு பயன்பட்டன. சந்தேகத்துக்கு இடமானவர்களைக் கண்காணிக்கவும் தேவையான தடுப்பு நடவடிக்கைகளுக்கு ஏற்பாடு செய்யவும் பெரும் உதவியாக இருந்தன.

ஆனால் இந்தச் சந்தேகப் பட்டியலில் உள்ள ஒரு நபர் அமெரிக்காவுக்குள் நுழைகிறார் என்று வைத்துக்கொள்வோம். அவரைத் தடுத்து நிறுத்துகிற அதிகாரம் சி.ஐ.ஏ.வுக்குக் கிடையாது.

அட, தடுத்து நிறுத்தவேண்டாம். அந்த ஆள் உள்ளே வந்தபிறகு 'இவர் கொஞ்சம் டேஞ்சர் பார்ட்டி. எப்பவும் இந்தாள்மேலே ஒரு கண் இருக்கட்டும்' என்று போலிஸுக்கோ எஃப்.பி.ஐ.க்கோ தகவல் கொடுக்கலாமில்லையா? அவர்கள் அதையும் செய்யவில்லை.

இந்த விஷயத்தில் சி.ஐ.ஏ.வைமட்டும் குற்றம் சொல்லமுடியாது. அநேகமாக எல்லா அமெரிக்க உளவுப் பிரிவுகள், பாதுகாப்புப் பிரிவுகளுக்கும் இடையே அதிகாரப் போட்டி எப்போதும் உண்டு. ஆகவே தாங்கள் கஷ்டப்பட்டுச் சேகரித்த விஷயங்களை அவர்கள் மற்றவர்களுக்குத் தூக்கிக் கொடுக்கத் தயங்கினார்கள்.

இதனால் பெரும்பாலான நேரங்களில் சி.ஐ.ஏ. செய்த அதே வேலையை எஃப்.பி.ஐ. ஏஜென்ட்கள் மீண்டும் ஒருமுறை செய்ய நேர்ந்தது. கிட்டத்தட்ட ஒரேமாதிரியான தகவல்களைத் திரட்டுவதற்கு இரட்டைச் செலவு!

பணத்தை விடுங்கள். சி.ஐ.ஏ.வின் சந்தேகப்பட்டியலில் உள்ள ஒரு நபர், அவர்களுக்கும் எஃப்.பி.ஐ.க்கும் இடையே இருக்கும் கண்ணுக்குத் தெரியாத 'சுவர்' காரணமாக அமெரிக்காவினுள் சுலபமாக நுழைந்துவிடுகிறார் என்றால் அது எப்பேர்ப்பட்ட பாதுகாப்பு ஓட்டை? தொண்ணூறுகள்முழுக்க அமெரிக்காவில் இதுதான் நிலைமை.

அதைவிடக் கொடுமையான விஷயம், தங்களுடைய பாதுகாப்பு அரணில் இப்படி ஓர் ஓட்டை இருப்பதையே அமெரிக்க உளவு நிறுவனங்கள், காவல்துறை, ராணுவம், அமெரிக்கக் காங்கிரஸ், அமைச்சர்கள், அதிபர் என்று யாரும் உணரவில்லை. எல்லைப் பகுதிகளில் சந்தேகத்துக்கு இடமானவர்களைத் தடுத்து நிறுத்தவேண்டும் என்று ஒருவருக்குக்கூடத் தோன்றவில்லை. அப்படியே தோன்றினாலும் அதை எப்படிச் செயல்படுத்துவது என்று யோசிக்கவில்லை.

உதாரணமாக *'FAA'* எனப்படும் *'Federal Aviation Administration'* அமைப்பு அமெரிக்காவினுள் நிகழும் விமானப் போக்குவரத்துகளைக் கண்காணித்துவருகிறது. இவர்களிடம் *'No Fly'* என்கிற ஒரு பட்டியல் உண்டு. அதில் இடம்பெற்றிருக்கிறவர்கள் அமெரிக்க எல்லைக்குள் பறக்க அனுமதி கிடையாது.

தொண்ணூறுகளில் இந்த *'No Fly'* பட்டியலில் வெறும் 12 தீவிரவாதிகள்தான் இடம்பெற்றிருந்தார்கள். ஆனால் இதே காலகட்டத்தில் அரசாங்கத்தின் சந்தேகப் பட்டியலில் இருந்த தீவிரவாதிகளின் எண்ணிக்கையோ பல ஆயிரத்தைத் தாண்டியது.

இப்படி அநேகமாக எல்லா அரசாங்கப் பிரிவுகளிலும் தீவிரவாதிகளைப்பற்றிய தகவல்கள் முழுமையானவையாக இல்லை. சொல்லப்போனால் அமெரிக்காவுக்கு எதிரான தீவிரவாத அமைப்புகளால் தங்களுக்கு ஏற்படக்கூடிய பாதிப்பு சாத்தியங்களைக்கூட அவர்கள் முழுமையாக உணர்ந்திருக்கவில்லை.

கிட்டத்தட்ட இதே நேரத்தில் அமெரிக்காவுக்கு எதிராகப் பல சக்திகள் வலுப்பெற்றுக்கொண்டிருந்தன. முக்கியமாக ஒஸாமா பின் லேடனின் 'அல் காய்தா' இயக்கம்.

'அல் காய்தா' போராளிகள் அமெரிக்க எல்லைக்குள்ளும் அதற்கு வெளியிலும் பலவிதமான தாக்குதல் முயற்சிகளை

யோசித்துக்கொண்டிருந்தார்கள். முக்கியமாக வெள்ளை மாளிகை, நியூ யார்க் இரட்டைக் கோபுரங்கள், சி.ஐ.ஏ. தலைமையகம், ராணுவ மையங்கள் போன்ற இடங்களில் குண்டுவெடிப்புகளுக்குத் திட்டமிடப்பட்டது.

இதுபற்றித் தீவிரமாகச் சிந்தித்துக்கொண்டிருந்தபோதுதான் அவர்களுக்கு இன்னொரு புதிய யோசனை தோன்றியது. வெடிகுண்டுகளுக்குப் பதிலாக, விமானங்களை ஆயுதங்களாகப் பயன்படுத்தினால் என்ன?

அமெரிக்க எல்லைகள் அனைத்தும் அதிநவீனத் தொழில்நுட்பங்களால் பாதுகாக்கப்படுபவை. அங்கே ஏவுகணைகளை அனுப்புவதோ, தனியார் விமானங்களில் பறந்து சென்று குண்டு வீசுவதோ சாத்தியம் இல்லை. அப்படியே அனுப்பினாலும் அமெரிக்கர்கள் அதைச் சட்டென்று கண்டுபிடித்து நடுவானிலேயே அழித்துவிடுவார்கள்.

அதற்குப் பதிலாக, அமெரிக்காவுக்குள் எந்நேரமும் குறுக்கே நெடுக்கே பறந்துகொண்டிருக்கிற பயணிகள் விமானங்களைப் பயன்படுத்தத் தீர்மானித்தது அல் காய்தா. ஏழெட்டு அமெரிக்க விமானங்களைக் கடத்திச் சென்று முக்கியமான கட்டடங்களின்மீது மோதுவது. அத்தனை பெரிய உலோகப் பறவைகள் ஏகப்பட்ட எரிபொருளோடு வந்து தாக்கினால் எப்பேர்ப்பட்ட கட்டடமும் உடைந்து சிதறிவிடுமே!

அதுவரை யாரும் யோசித்திருக்காத வித்தியாசமான ஆயுதம். எஃப்.பி.ஐ.யோ மற்ற அமெரிக்கப் பாதுகாவல் அமைப்புகளோ இதை முன்கூட்டியே எதிர்பார்த்திருக்கச் சாத்தியமே இல்லை!

போதாக்குறைக்கு ‘அல் காய்தா’வும் இந்தத் திட்டத்தைப் பரம ரகசியமாக வைத்திருந்தது. மிகச் சில பெருந்தலைகளைத்தவிர மற்ற யாருக்கும் இதுபற்றிய முழு விவரங்கள் சொல்லப்படவில்லை. இவற்றில் நேரடியாகப் பங்கேற்றவர்கள்கூட தாங்கள் என்ன செய்கிறோம், எதற்காகச் செய்கிறோம், இதில் தங்களுடைய மற்ற கூட்டாளிகள் யார் யார் என்பதெல்லாம் சரியாகப் புரியாமல் குழம்பினார்கள்.

‘அல் காய்தா’வின் முக்கியமான நோக்கம், எந்தவிதத்திலும் சி.ஐ.ஏ.வுக்கோ மற்ற அமெரிக்க உளவு அமைப்புகளுக்கோ இதுபற்றிய தகவல்கள் கசிந்துவிடக்கூடாது. அவர்கள் கொஞ்சம் உஷாராகிவிட்டாலும்கூட எல்லா முயற்சிகளும் வீண்தான். விமானத்தைக் கடத்தவேண்டியவர்களும் மோதவேண்டியவர்களும் அமெரிக்காவினுள் நுழையமுடியாமலே போய்விடும்.

2000ம் ஆண்டுத் தொடக்கத்தில், பல அல் காய்தா போராளிகள் அமெரிக்காவினுள் வர ஆரம்பித்தார்கள். இவர்களில் சிலர் சி.ஐ.ஏ. / மற்ற உளவு அமைப்புகளின் சந்தேகப் பட்டியலில் இருந்தாலும், இங்கே அவர்களை யாரும் தடுக்கவில்லை, கண்காணிக்கவில்லை.

அடுத்த பல மாதங்கள் இவர்கள் அமெரிக்காவில் ஆங்கிலம் கற்றுக்கொண்டார்கள், உள்ளூர்க் கலாசாரத்தைப் பழகிக் கொண்டார்கள், விமானம் ஓட்டப் பயிற்சி எடுத்தார்கள். எங்கேயும் அவர்களுக்கு எந்தப் பிரச்னையும் வரவில்லை.

2001ம் ஆண்டு ஆகஸ்ட் மாதம், தாக்குதலுக்கான தேதி முடிவு செய்யப்பட்டது. செப்டம்பர் 11!

அதன்பிறகு வேலைகள் அதிவேகமாக நடந்தன. எந்த விமானத்தில் யார் பயணம் செய்யவேண்டும்? விமானத்தைக் கடத்துவது யார்? எப்போது? அதற்கான ஆயுதங்களை எப்படி மறைத்து எடுத்துச் செல்வது? விமானத்தை எந்தப் பாதையில் ஓட்டிச் செல்லவேண்டும்? எந்தக் கட்டடத்தின்மீது எந்தத் திசையிலிருந்து மோதவேண்டும்? ... எல்லாம் கச்சிதமாகத் திட்டமிடப்பட்டது. டிக்கெட்கள் வாங்கப்பட்டன.

அமெரிக்க எல்லைக்குள் இத்தனையும் நடந்துகொண்டிருக்கும் போது எஃப்.பி.ஐ.யும் சி.ஐ.ஏ.வும் என்ன செய்துகொண்டிருந்தன?

முதலில் எஃப்.பி.ஐ.க்கு இதுபற்றிய அடிப்படைத் தகவல்கூடக் கிடைக்கவில்லை. ஆகவே அவர்கள் இந்தத் தீவிரவாதிகளைத் தேடவோ, தடுக்கவோ, கண்காணிக்கவோ எந்த முயற்சிகளையும் எடுக்கவில்லை.

சி.ஐ.ஏ.வுக்கும் 'அல் காய்தா' அமைப்பு அமெரிக்காவின்மீது தாக்குதல்களை நிகழ்த்தக்கூடும் என்கிற அளவில்மட்டுமே தகவல்கள் கிடைத்திருந்தன. அவர்கள் அதை அமெரிக்க அதிபர் ஜார்ஜ் புஷ்ஷுக்கும் தெரிவித்திருந்தார்கள்.

ஆனால் 'பின் லேடன் அமெரிக்காவைத் தாக்கப் பார்க்கிறார்' என்பது சின்னக் குழந்தைக்கும் தெரிந்த ரகசியமாச்சே. இத்தனாம் தேதி தாக்கப்போகிறார், இப்படித் தாக்குவார் என்று நிச்சயமாக ஏதாவது தேதி / தகவல்கள் தெரியவரும்வரை அதிபர் அதைக் கண்டுகொள்ளவில்லை.

2001முழுவதும் சி.ஐ.ஏ. அதிபருக்கு அல் காய்தாவின் தாக்குதல் முயற்சிகளைப்பற்றி முப்பதுக்கும் மேற்பட்ட தகவல் குறிப்புகளை அனுப்பியிருக்கிறது. ஆனால் அவர்கள் அனுப்பும் மற்ற முழ நீள அறிக்கைகளுக்கு நடுவில் இவை முக்கியத்துவம் பெறத் தவறிவிட்டன.

அமெரிக்க மண்ணில் அல் காய்தா தாக்குதல் நிகழ்த்தக்கூடும் என்கிற விவரத்தை அதிபரோ மற்ற அதிகாரிகளோ கவனிக்காதவரையில் அது எஃப்.பி.ஐ.க்குக் கிடைக்க வாய்ப்பே இல்லை. காரணம் சி.ஐ.ஏ.வுக்கும் எஃப்.பி.ஐ.க்கும் இடையிலிருந்த மாயச் சுவர், அதிகாரப் போர், ஈகோ, இன்னும் என்னென்னவோ.

2001 ஆகஸ்ட் 6ம் தேதி சி.ஐ.ஏ. அதிபருக்கு இன்னோர் அறிக்கை அனுப்பியது. 'பின் லேடன் அமெரிக்க எல்லைக்குள் தாக்குதல் நிகழ்த்தத் திட்டமிட்டிருக்கிறார்.'

'ஓகே. வாட் நெக்ஸ்ட்?' அதிபர் அந்த அறிக்கையையும் தாண்டிப் போய்விட்டார்.

'பின் லேடன் விஷயத்தில் 2001ம் ஆண்டில்மட்டும் நாங்கள் அனுப்பிய 36வது அறிக்கை அது' என்கிறது சி.ஐ.ஏ. இப்படி அதிபரிடம் மல்லுக்கு நிற்கிற நேரத்தில் அவர்கள் திரட்டிய தகவல்களில் ஒருசிலவற்றையாவது எஃப்.பி.ஐ.யுடன் பகிர்ந்துகொண்டிருந்தால் விமானக் கடத்தலுக்குத்

திட்டமிட்டிருந்த 'அல் காய்தா' போராளிகளில் ஒருசிலரையாவது பிடித்திருக்கலாம். அவர்களுடைய தாக்குதல் திட்டத்துக்கு நெருக்கடி ஏற்படுத்தியிருக்கலாம்.

சி.ஐ.ஏ. கிடக்கட்டும். அமெரிக்க எல்லைக்குள் இப்படி ஒரு பெரிய கோஷ்டியே இயங்கிக்கொண்டிருப்பதை எஃப்.பி.ஐ.யால் மோப்பம் பிடிக்கமுடியவில்லையா? அப்புறம் அவர்கள் ஆயிரக்கணக்கான ஏஜென்ட்களை வைத்துக்கொண்டு அப்படி என்னதான் வெட்டி முறிக்கிறார்கள்?

உண்மையில், 2001 ஜூலையிலேயே ஓர் எஃப்.பி.ஐ. ஏஜென்ட் இதுபற்றிச் சந்தேகம் எழுப்பியிருந்தார். 'அல் காய்தா தீவிரவாதிகள் சிலர் அமெரிக்க பைலட் பயிற்சிப் பள்ளிகளில் சேர்ந்து விமானம் ஓட்டக் கற்றுக்கொள்வதாகத் தெரிகிறது' என்று குறிப்பு அனுப்பியிருந்தார் அவர்.

இந்தத் தகவலை வைத்து என்ன செய்யலாம்?

நிறையச் செய்யலாம். அப்போது அமெரிக்காவில் இருக்கும் பைலட் பயிற்சி நிறுவனங்கள் அனைத்தையும் தொடர்பு கொண்டு 'கடந்த 12 மாதங்களில் உங்களிடம் புதிதாகச் சேர்ந்த வெளிநாட்டுக்காரர்கள் யார் யார்?' என்று விவரம் கேட்கலாம். அந்தப் பெயர்களை அரசாங்கத்திடம் கொடுத்து அதில் சந்தேகத்துக்கு இடமான நபர்கள் உண்டா என்று சரிபார்க்கலாம். அவர்களை விசாரிக்கவேண்டிய விதத்தில் விசாரித்து அல் காய்தா தொடர்புகளை உறுதி செய்யலாம் ...

இந்த விஷயத்தில் சி.ஐ.ஏ. அல்லது மற்ற நிறுவனங்களின் உதவி இல்லாமலேகூட எஃப்.பி.ஐ. செயல்பட்டிருக்கமுடியும். ஆனால் ஏனோ அவர்கள் இதைக் கண்டுகொள்ளவில்லை. அப்படியே கிடப்பில் போட்டுவிட்டார்கள்.

2001 செப்டம்பர் 4ம் தேதி. ராபர்ட் ம்யூல்லர் எஃப்.பி.ஐ.யின் புதிய இயக்குனராகப் பதவியேற்றுக்கொண்டார்.

சரியாக ஒரு வாரம் கழித்து, ஒட்டுமொத்த அமெரிக்காவையும்

அதிரவைத்த அந்தத் தாக்குதல் நிகழ்ந்தது. நான்கு அமெரிக்க விமானங்கள் அல் காய்தா தீவிரவாதிகளால் கடத்தப்பட்டன. அவற்றில் இரண்டு நியூ யார்க் நகரில் உள்ள இரட்டைக் கோபுரங்களில் மோதின. மூன்றாவது விமானம் அமெரிக்க ராணுவத்தின் கம்பீரமான அடையாளமாகிய ‘பென்டகன்’ கட்டடத்தைத் தாக்கியது. நான்காவது விமானம் அதிலிருந்த பயணிகளுடைய முயற்சியால் தீவிரவாதிகள் திட்டமிட்டிருந்த இலக்கை (வெள்ளை மாளிகை?) எட்டாமல் கீழே விழுந்து சிதறியது.

ஆயிரக்கணக்கான உயிர்களைப் பலி கொண்ட இந்தத் தாக்குதல் அமெரிக்காவுக்கு மிகப் பெரிய அவமானம். சி.ஐ.ஏ. மற்றும் எஃப்.பி.ஐ. ஆகிய இரண்டுமே இதற்கு ஏதோ ஒருவிதத்தில் பொறுப்பேற்கவேண்டியிருந்தது.

9/11 தாக்குதல் நடந்து சில மணி நேரங்களில் அதிபர் புஷ் அமெரிக்கத் தொலைக்காட்சிகளின்வழியே பேசினார். ‘இது தீவிரவாதத்துக்கு எதிரான போர்’ என்று அறிவித்தார்.

அன்று மாலையே இந்தப் போரில் அதிபருக்குத் துணை நிற்கப்போகும் தளபதிகளின் ‘கவுன்சில்’ ஒன்று முடிவானது. சி.ஐ.ஏ. இயக்குனர் ஜார்ஜ் டெனெட், எஃப்.பி.ஐயின் புதிய இயக்குனர் ராபர் ம்யூல்லர் இருவரும் இதில் இடம்பெற்றிருந்தார்கள்.

மற்ற கமிட்டிகளைப்போல் இவர்கள் ஐந்து நட்சத்திர ஹோட்டலில் கூடிப் பேசி டின்னர், காக்டெய்லோடு வீட்டுக்குப் போகமுடியாது. இந்தத் தாக்குதல்களுக்குக் காரணமானவர்களைச் சீக்கிரத்தில் அடையாளம் காணவேண்டும். அவர்கள் அமெரிக்காவுக்குள் இருந்தாலும் சரி, வெளியே இருந்தாலும் சரி, கைது செய்து தண்டனை கொடுக்கவேண்டும். வருங்காலத்தில் இப்படி ஒரு தாக்குதலை யாரும் கற்பனையில்கூட நினைக்கமுடியாதபடி அந்தத் தண்டனை அமையவேண்டும். இதற்கெல்லாம் ஆணிவேராக இருக்கும் இயக்கங்களை ஒட்ட வாலறுக்கவேண்டும். அதுவும் உடனே.

ஒருபக்கம் அமெரிக்க வெளியுறவு அமைச்சகம் 'அல் காய்தா'வுக்கு ஆதரவாக உள்ள பாகிஸ்தானுக்கும் ஆஃப்கானிஸ்தானுக்கும் மற்ற நாடுகளுக்கும் நெருக்கடி கொடுக்கும் வேலைகளில் இறங்கியது. இன்னொருபக்கம் உள்நாட்டில் உள்ள 'அல் காய்தா' ஆதரவாளர்கள் அல்லது அவர்களுடைய சகோதர அமைப்புகளை அடையாளம் காணவேண்டிய பொறுப்பு எஃப்.பி.ஐ.க்கு வழங்கப்பட்டது.

9/11 தாக்குதலுக்கு முன்பாகவும் இந்தப் பொறுப்பு எஃப். பி.ஐ.யிடம்தான் இருந்தது. ஆனால் இப்போது ஒரு வித்தியாசம், நீ வேறு, நான் வேறு என்று அமெரிக்க உளவு நிறுவனங்கள், பாதுகாப்பு அமைப்புகளெல்லாம் பார்டர் பிரித்துக்கொண்டு சண்டை கட்டக்கூடாது. உங்களுடைய உளவுத் தகவல்களைப் பகிர்ந்துகொண்டு வேலை செய்வதற்கான ஒரு வழியைக் கண்டுபிடிக்கவேண்டும். அமெரிக்காவுக்கு எதிராக உலகத்தில் எங்கேயும் எவனும் ஒரு சுண்டுவிரலைக்கூடத் தூக்க நினைக்கக்கூடாது. அதற்கு என்ன செய்யவேண்டுமோ, அதைச் செய்யுங்கள். அவ்வளவுதான்.

அதிபர் புஷ் 'போர்' என்று சொன்னது வெறுமனே துப்பாக்கியைத் தூக்குகிற அர்த்தத்தில் அல்ல. டிஷ்யூம் டிஷ்யூம் வேலைகளை அமெரிக்க ராணுவம் கவனித்துக்கொள்ளும். மற்ற எல்லாமே காவல்துறை, உளவு அமைப்புகளின் பொறுப்பு. போர் நேரத்தில் இவர்கள் எல்லோரும் எப்படி அனைத்து உள் அரசியல்களையும் மறந்துவிட்டு வேலை செய்வார்களோ அப்படிப்பட்ட ஒரு வேகத்தை, செயல்திறனைக் காண்பிக்கவேண்டும் என்று விரும்பினார் புஷ்.

இதையடுத்து அமெரிக்காமுழுவதும் தீவிரவாத ஜுரம் தொற்றிக்கொண்டது. வெளிநாட்டிலிருந்து வந்தவர்கள், முஸ்லிம்கள், ஆங்கிலமல்லாத மொழிகளைப் பேசுகிறவர்கள், ஏழெட்டு வருடத்துக்குமுன்னால் ஏதோ வேலையாகப் பாகிஸ்தானுக்கோ ஈராக்குக்கோ போய் வந்தவர்கள், தாடி வைத்தவர்கள் என்று எல்லோரையுமே மக்கள் சந்தேகமாகப்

பார்க்க ஆரம்பித்தார்கள். சர்வதேச விமானங்களில் வந்திறங்குகிற ஒவ்வொருவரையும் பூதக்கண்ணாடி வைத்துப் பரிசோதித்துவிட்டுதான் அமெரிக்காவினுள் அனுமதித்தார்கள். ஒரு சின்னச் சந்தேகம் ஏற்பட்டாலும் எஃப்.பி.ஐ.க்குத் தகவல் பறந்தது. அவர்கள் பச்சைக்கொடி காட்டினாலொழிய யாரும் அமெரிக்க எல்லைகளுக்குள் கால் பதிக்கமுடியவில்லை.

இன்னும் ஆறேழு வருடங்களில் எஃப்.பி.ஐ. தனது நூற்றாண்டைக் கொண்டாடப்போகிற நேரம். அவர்கள் மீண்டும் ஒருமுறை தங்களுடைய முகத்தை முற்றிலும் வேறுவிதமாக மாற்றியமைத்துக் கொள்ளவேண்டியிருந்தது!

14. ஆடு புலி ஆட்டம்

9/11 தாக்குதல் நிகழ்ந்த மறுதினம், எஃப்.பி.ஐ.யின் ஏஜென்ட்களில் கால்வாசிப் பேருக்குமேல் இந்த ஒற்றை வழக்கிற்கு மாற்றப்பட்டார்கள்.

இவர்களுடைய முதல் நோக்கம், இந்தத் தாக்குதலில் சம்பந்தப்பட்டவர்கள், அவர்களுக்குத் துணைபுரிந்தவர்களைக் கண்டறிவது. இரண்டாவது முக்கியமான நோக்கம், இதேபோல் அமெரிக்க மண்ணில் வேறு ஏதேனும் தாக்குதல்கள் திட்டமிடப்பட்டிருக்கிறதா என்பதை உறுதி செய்வது.

9/11 தினத்தன்று நியூ யார்க் இரட்டைக் கோபுரங்களில் ஒன்றின்மீது விமானம் மோதியபோது அமெரிக்கர்கள் பெரும் அதிர்ச்சியடைந்தார்கள். ஆனால் சிறிது நேரத்தில் இன்னொரு விமானம் வந்து இரண்டாவது கோபுரத்தின்மீது மோதும் என்று அவர்கள் கொஞ்சம்கூட எதிர்பார்த்திருக்கவில்லை.

இதனால் முதல் கோபுரம் சிதைந்து விழத் தொடங்கியபோதுகூட இரண்டாவது கோபுரத்தில் இருந்தவர்கள் அதைப் பார்த்து உச்சுக்கொட்டிக்கொண்டும் 'இது எப்படி நடந்தது?' என்று வியந்துகொண்டும் இருந்தார்களேதவிர, நாமும் ஓடித் தப்பிக்கவேண்டும் என்று நினைக்கவில்லை. அந்த இரண்டாவது தாக்குதலும் பாதுகாப்பு மிகுந்த பென்டகன்மீது

நிகழ்த்தப்பட்ட மூன்றாவது தாக்குதலும் கொஞ்சநஞ்சம் மிச்சமிருந்த அவர்களுடைய தைரியத்தையும் உடைத்து எறிந்தது. கடைசியாகக் கீழே விழுந்து சிதைந்த அந்த நான்காவது விமானம் எங்கே போய் மோதுவதாக இருந்ததோ என்கிற கற்பனைகள் அவர்களை மேலும் பயமுறுத்தின.

இந்தத் தாக்குதல்களைத் தொடர்ந்து அமெரிக்கா தனது விமானப் போக்குவரத்து மொத்தத்தையும் நிறுத்திவைத்து விட்டது. ஆனாலும் ஊரில் வதந்திகள் பரவுவதைக் கட்டுப்படுத்தமுடியவில்லை. இன்னும் எந்தெந்த வழிகளில் தீவிரவாதிகள் எதையெல்லாம் தாக்கத் திட்டமிட்டிருக்கிறார்களோ என்று விதவிதமான கதைகள் கிளப்பிவிடப்பட்டன.

இதுபோன்ற வதந்திகளை முறியடிக்கவேண்டுமென்றால், அமெரிக்க எல்லைக்குள் வேறெந்தச் சதித் திட்டமும் இல்லை என்று சந்தேகத்துக்கு இடமின்றி நிரூபிக்கவேண்டும். இந்தப் பொறுப்பு எஃப்.பி.ஐ.யிடம் விடப்பட்டது.

எஃப்.பி.ஐ.யின் சரித்திரத்திலேயே வேறெந்த வழக்குக்கும் அவர்கள் இத்தனை நேரத்தை, பணத்தை, மனித சக்தியைச் செலவிட்டது கிடையாது. இவர்கள் முதலில் 9/11 தாக்குதலில் சம்பந்தப்பட்ட எல்லோரையும் அடையாளம் கண்டார்கள். பின்னர் இவர்களுக்கும் அல் காய்தாவுக்கும் உள்ள தொடர்புகளை உறுதி செய்தார்கள். சி.ஐ.ஏ. உள்ளிட்ட இதர அமைப்புகளுடன் இணைந்து செயல்பட்டுப் பாதுகாப்பு ஏற்பாடுகளை முடுக்கிவிட்டார்கள்.

அடுத்த சில வாரங்களில் அமெரிக்காவின் 'பின் லேடன்' தேடுதல் தீவிரமடைந்தது. எஃப்.பி.ஐ. இதில் நேரடியாகப் பங்கேற்காவிட்டாலும் அமெரிக்க எல்லைகளுக்குள் அல் காய்தாவின் வால் ஆடாதபடி பார்த்துக்கொண்டார்கள்.

9/11 அதிர்வுகள் அத்தனை சீக்கிரத்தில் அடங்கிவிடாது என்பது எஃப்.பி.ஐ.க்குத் தெரிந்திருந்தது. இனிமேல் அவர்களுடைய உளவு, பாதுகாப்புக் கடமைகள் அனைத்தும் தீவிரவாதிகளின்

முயற்சிகளை முறியடிப்பதைத்தான் முதல் நோக்கமாகக் கொண்டிருக்கவேண்டும் என்று உணர்ந்தார் இயக்குனர் ராபர்ட் ம்யூல்லர்.

2002ம் வருடம் மே 29ம் தேதி ராபர்ட் ம்யூல்லர் எஃப்.பி.ஐ.யின் சரித்திரத்தில் ஒரு புதிய அத்தியாயத்தைத் தொடங்கிவைத்தார். அன்றுதான் இனி எஃப்.பி.ஐ. எவற்றில் கவனம் செலுத்தும் / எந்தமாதிரியான கடமைகளுக்கு முக்கியத்துவம் தரும் என்கிற 'டாப் 10' பட்டியல் வெளியிடப்பட்டது:

1. அமெரிக்காவைத் தீவிரவாதத் தாக்குதல்களில் இருந்து பாதுகாப்பது
2. வெளிநாட்டு உளவு சக்திகள் இங்கே தங்களுடைய வேவு பார்க்கும் வேலைகளை நிகழ்த்தமுடியாதபடி பாதுகாப்பது
3. கம்ப்யூட்டர் மற்றும் அதிநவீன தொழில்நுட்பம் சார்ந்த 'சைபர்' குற்றங்களில் இருந்து அமெரிக்காவைப் பாதுகாப்பது
4. எல்லா அதிகார மட்டங்களிலும் ஊழலை எதிர்கொண்டு போரிடுவது
5. பொதுமக்களின் உரிமைகளைப் பாதுகாப்பது
6. உள்நாட்டிலும் சர்வதேச அளவிலும் இயங்குகிற கிரிமினல் அமைப்புகளைக் கட்டுப்படுத்துவது
7. 'வொய்ட் காலர் க்ரைம்'களைக் கட்டுப்படுத்துவது
8. வன்முறைக் குற்றங்களைக் கட்டுப்படுத்துவது
9. பல்வேறு தேசிய, மாநில, சர்வதேச அமைப்புகளுக்குத் துணைநிற்பது
10. எஃப்.பி.ஐ.யின் நோக்கங்களை நிறைவேற்றுவதற்கு ஏற்ப நவீன தொழில்நுட்பங்களை அறிமுகப்படுத்துவது, பயன்படுத்துவது

இந்தப் பட்டியலில் தீவிரவாதத் தடுப்புக்கு முதல் இடம் வழங்கப்பட்டிருப்பது பெரும்பாலானோர் எதிர்பார்த்ததுதான். 9/11 தாக்குதலுக்குப்பிறகு அமெரிக்கா அல் காய்தாவின் வாலை

நறுக்கி, சதாம் உசேனைத் தூக்கில் போட்டுப் பல ஸ்டன்ட்கள் செய்திருந்தாலும், பயணிகள் விமானத்தை ஆயுதமாகப் பயன்படுத்துவதுபோன்ற ஓர் 'எதிர்பாராத' உத்தி இன்னொரு தீவிரவாத அமைப்புக்குத் தோன்றாது என்பது என்ன நிச்சயம்? அதனால்தான் எஃப்.பி.ஐ.யின் புதிய அவதாரம் அமெரிக்கர்கள் மத்தியில் மிகுந்த முக்கியத்துவம் பெறுகிறது.

இதற்கு நல்ல உதாரணமாக ஆந்த்ராக்ஸ் அபாயத்தைக் குறிப்பிடலாம். இதிலும் சில உயிர்களைப் பலி கொடுத்தபிறகுதான் அமெரிக்காவும் எஃப்.பி.ஐ.யும் விழித்துக்கொண்டன. அதன்பிறகு அதற்குக் காரணமானவர்களைத் தேடி வாலைப் பிடித்தார்கள். தும்பு இன்னும் அகப்படவில்லை.

சமீபத்தில்தான் தனது நூற்றாண்டைப் பூர்த்தி செய்திருக்கும் எஃப்.பி.ஐ. மிகத் திறமையான ஏஜென்ட்கள், அதிநவீன தொழில்நுட்பத்தின் உதவியோடு தனது புதிய வில்லன்களைச் சமாளிக்க முனைகிறது. அவர்கள் ஒவ்வொரு படி மேலே செல்லும்போதும் வில்லன்கள் அதை மீறிச் செல்வதற்கான வழிகளை யோசிக்கிறார்கள். இது ஓர் அபாயமான ஆடு புலி ஆட்டம்தான்.

அமெரிக்கா என்றைக்கும் எதற்காகவும் தன்னுடைய 'முதல்' இடத்தை விட்டுக்கொடுக்க முன்வராது. அவர்கள் அங்கேயே நிலைத்திருக்கவேண்டுமென்றால் எஃப்.பி.ஐ.போன்ற உள்நாட்டு உளவு அமைப்புகள் இருபத்து நான்கு மணி நேரமும் விழிப்புடன் இருக்கவேண்டும். அதற்குத் தேவையான பணம், தொழில்நுட்பம், மற்ற எதுவானாலும் அமெரிக்க அரசாங்கங்கள் தரத் தயார்.

இந்தக் கண்ணோட்டத்தில் பார்க்கும்போது, இன்றைக்கு அமெரிக்காவுக்கு எதிரான வில்லன்கள் சற்றே பின்தங்கியிருப்பது போல் தெரிகிறது. அவர்கள் வேறு வழிகளில் முன்னேறுவார்களா? எஃப்.பி.ஐ. அவர்களைச் சமாளிக்குமா? அல்லது அவர்களுடைய சரித்திரத்தில் பலமுறை நிகழ்ந்ததுபோல் இன்னொரு செட் புது வில்லன்கள் தோன்றுவார்களா? யார் அறிவார்?

★★★

பின்னிணைப்பு : சான்றுகள்

நூல்கள்:

- The FBI: A Comprehensive Reference Guide - Athan G. Theoharis, Tony G. Poveda, Susan Rosenfeld, Richard Gid Powers - Checkmark Books - 2000
- The Bureau: The Secret History Of The FBI - Ronald Kessler - St. Martin's Paperbacks - 2003
- The Vendetta - Alston Purvis, Alex Tresniowski - Public Affairs - 2005
- My FBI - Louis J Freeh - St. Martin's Press - 2005
- The Federal Bureau Of Investigation - Heather Lehr Wagner - Chelsea House Publishers - 2007
- The FBI: A Centennial History - U. S. Department Of Justice Federal Bureau Of Investigation - 2008
- Federal Bureau Of Investigation - Faircount LLC - 2008
- FBI Agent - Gail Karlitz - Ferguson - 2009
- Public Enemies: America's Greatest Crime Wave And The Birth Of the

FBI - Bryan Burrough - Penguin Books - 2009

- Mind Power - John Douglas, Mark Olshaker - Pocket Books - 1996
- Unlimited Access - Gary Aldrich - Regnery Publishing Inc., - 1996
- Obsession - John Douglas, Mark Olshaker - Pocket Books - 1998
- The World's Greatest Spies & Spymasters - Roger Boar, Nigel Blundell - Octopus Books - 1985
- The Sword And The Shield: The Mitrokhin Archive And The Secret History Of KGB - Christopher Andrew, Vasili Mitrokhin - Basic Books - 2001
- Espionage: A Reference Handbook - Glenn Hastedt - ABC-CLIO - 2003
- Encyclopedia Of Espionage, Intelligence and Security - Editors: K. Lee Lerner, Berenda Wilmoth Lerner - Thomson Gale - 2004
- A History Of The Osage People - Louis F. Burns - University of Alabama Press - 2004
- The 9/11 Report - National Commission On Terrorist Attacks - St. Martin Paperbacks – 2004
- டாலர் தேசம் - பா. ராகவன் - கிழக்கு பதிப்பகம் – 2004
- 9/11 Synthetic Terror - Webster Griffin Tarpley - Progressive Press - 2005
- Engineering Communism - Steven T Usdin - Yale University Press - 2005
- The Secret Man: The Story Of Watergate's Deep Throat - Bob Woodward - Simon & Schuster - 2005
- From The Palmer Raids To The Patriot Act - Christopher M Finan - Beacon Press - 2007

கட்டுரைகள்:

- The Birth of the Federal Bureau of Investigation Office of Public/ Congressional Affairs - John F. Fox - Federal Bureau Of Investigation - 2003
- In the Enemy's House: Venona and the Maturation of American Counterintelligence - John F. Fox, Jr. - Symposium on Cryptologic History - 2005
- Bureaucratic Wrangling over Counterintelligence, 1917–18 - John F. Fox Jr. - Central Intelligence Agency - 2007
- Osage Murders - Jon D May - Oklahoma Historical Society

இணைய தளங்கள்:

- http://www.fbi.gov/
- https://www.cia.gov/library/center-for-the-study-of-intelligence/csi-publications/csi-studies/studies/vol49no1/html_files/bureaucratic_wragling_2.html
- http://digital.library.okstate.edu/encyclopedia/entries/O/OS005.html
- http://trac.syr.edu/tracfbi/atwork/current/fbiHistory.html

பிற:

- Inside The FBI - National Geographic Channel - 2003
- FBI 100: A Closer Look (Radio Show) - Schiff & Fox - 2008

★★★

தெளிவான எழுத்தும் ஆழமான ஆய்வும் நிறைந்த நூல்களுக்காகத் தமிழ் வாசகர்களிடையில் நன்கு அறியப்பட்டுள்ள என். சொக்கன் புனைவு, வாழ்க்கை வரலாறு, நிறுவன வரலாறு, தன்னம்பிக்கை, சிறுவர் இலக்கியம் உள்ளிட்ட துறைகளில் இதுவரை எழுபதுக்கும் மேற்பட்ட நூல்கள், நூற்றுக்கணக்கான கதைகள், கட்டுரைகளை எழுதியுள்ளார். விரிவான ஆய்வுகள், சான்றுகளின் அடிப்படையிலான ஆழமான வரலாற்று நூல்களைத் தமிழில் எழுத இயலும், அவற்றைப் பெரும்பான்மை வாசகர்களுக்குக் கொண்டுசேர்க்கவும் இயலும் என்பதைப் பலமுறை நிரூபித்த எழுத்து வகை இவருடையது.

தமிழ், ஆங்கிலம் ஆகிய இரு மொழிகளிலும் எழுதும் சொக்கனுடைய நூல்கள் ஹிந்தி, கன்னடம், மலையாளம் உள்ளிட்ட பல மொழிகளில் மொழிபெயர்ப்பாகியுள்ளன.

www.ingramcontent.com/pod-product-compliance
Ingram Content Group UK Ltd.
Pitfield, Milton Keynes, MK11 3LW, UK
UKHW042132021026
15589UKWH00003B/772

9 789393 882356